CS Lewis (1898–1963) - Kiristanci kawai, Cikakken Rayuwa

Daga Hankali Mai Ban Sha'awa Zuwa Rayuwa Mai Canzawa

Wasiku Masu Rai - Jerin Ibada na Kwanaki 40 | Littafi na 2

Daga
CS Lewis; Zakariyya Godseagle ;
Amb . MO Ogbe ;
C. Ladi Ogbe ;

Contents

HAKKIN HAKKIN MALLAKA © SHAFI

CS Lewis (1898–1963) - Kiristanci kawai, Cikakken Rayuwa
Daga Hankali Mai Ban Sha'awa Zuwa Rayuwa Mai Canzawa
Wasiku Masu Rai - Jerin Ibada na Kwanaki 40 | Littafi na 2

MARUBUTA
CS Lewis
Zacharias Godseagle
Ambassador Monday O. Ogbe
Comfort Ladi Ogbe

MAI BUGA
Zacharias Godseagle da Godseagle Ministries
An buga ta: **Zacharias Godseagle**
Tuntuɓi - https://www.otakada.org
ambassador@otakada.org
Waya/Sakon SMS +13024922440;

Whatsapp +2348032835348

SANARWA

Wannan littafin tushen ibada ne da almajiranci. Duk da cewa ya samo asali ne daga rubuce-rubucen tarihi, gami da *The Confessions of St. Augustine* , ba a yi nufinsa a matsayin bugu na ilimi mai mahimmanci ko madadin manyan littattafan tauhidi ba. Ana amfani da ambaton nassosi don dalilai na ibada da koyarwa. Ana gabatar da fassarori da aikace-aikace ta hanyar addu'a da kuma ta hanyar pastoral.

SANARWA TA NASSI

Sai dai idan an nuna akasin haka, an ɗauko ambato daga fassarar Turanci da aka saba amfani da ita. An ƙara jaddadawa a wurare don fayyace da kuma mai da hankali kan ibada.

BAYANIN BUGA

Bugun Farko na Amurka

GAME DA LITTAFIN - CS Lewis (1898–1963) - Kiristanci Kawai, Cikakke Rayuwa

Daga Hankali Mai Ban Sha'awa Zuwa Rayuwa Mai Canzawa

Me ke faruwa idan Kiristanci ba wai kawai an yi imani da shi ba - amma *an rayu* ?

Kafin Kiristiya ta zama ɗaya daga cikin littattafan Kirista mafi tasiri a ƙarni na ashirin, marubucin littafin ya kasance mai son tuba—mai hazaka, mai rauni, mai shakka, kuma mai adawa da Allah. CS Lewis bai isa ga imani cikin sauƙi ba, kuma bai yarda da shi da motsin rai ba. Ya yi jayayya kan hanyarsa ta

zuwa ga imani, ya yi tsayayya da shi da ƙarfi, kuma a ƙarshe ya miƙa wuya ga abin da ya taɓa kira "juyawa mafi baƙin ciki da rashin son zuciya a duk Ingila."
Wannan littafin ya fara ne daga nan.

Kiristanci na Kawai, Fully Lived yana gayyatar masu karatu zuwa tafiya ta kwanaki 40 wadda ke kawo ra'ayoyin Lewis *zuwa biyayya ta yau da kullun* . Daga farkon rayuwarsa, gwagwarmayar ilimi, asarar da ya yi, watsa shirye-shiryen yaƙi, da rubuce-rubuce masu ɗorewa, wannan ibada ba wai kawai tana bayyana Kiristanci ba ne - tana **horar da mai karatu don yin aiki da ita** .
Mutane da yawa masu karatu suna sha'awar *Kiristanci na gaske* amma suna fama da amfani da shi. Wasu suna ganin yana da zurfi amma ba a iya fahimta ba. Wasu kuma suna yaba da bayyanawarsa yayin da suke fatan ya yi magana kai tsaye ga matsin lambar rayuwar zamani. Wannan ibada tana mayar da martani ga waɗannan daɗaɗɗun rikice-rikice ta hanyar yin abin da Lewis da kansa ya yi imani cewa dole ne bangaskiya ta yi: **motsawa daga hankali zuwa aiki, daga amincewa zuwa hali** .
Kowace rana tana haɗuwa:

- Lokaci daga **tarihin** rayuwar Lewis
- Babban **fahimta** da aka samo daga *Kiristiyanci* da rubuce-rubuce masu alaƙa
- Tunani **na zamani** wanda ke fassara tunanin Lewis zuwa harshen yau da kullun
- Aiki **ko motsa jiki na ruhaniya** wanda ke jan hankalin hankali, zuciya, da nufin

Maimakon ya mamaye mai karatu da tauhidi, wannan littafin yana bayyana tsari a hankali—yana barin gaskiya ta samo asali ta hanyar tunani, tarbiyya, da kuma amsawar rayuwa. Ba a roƙi masu karatu su yarda da Lewis kawai ba, amma su yi **tafiya tare da shi** , suna kokawa da gaskiya da shakku, alfahari, wahala, biyayya, da farin ciki.

Wannan ba taƙaitaccen bayani ba na ne game da *Kiristanci na Kawai* .

Nutsewa ne mai jagora .

Ba tarihin rayuwa kaɗai ba.

Ba littafin neman afuwa ba ne.

Amma wasiƙa mai rai—ba a kan takarda ba, amma a rayuwar mai karatu.

Idan Augustine ya koya mana zuciya mai natsuwa, Lewis ya koya mana nufin da aka tsara.

Kuma wannan littafin yana gayyatarku ku rayu abin da kuka yi imani da shi—rana ɗaya bayan ɗaya.

DOMIN WANENE WANNAN LITTAFIN YAKE

Wannan littafin na masu karatu ne waɗanda ke tunani sosai—kuma suna son rayuwa da aminci.

An rubuta shi ne ga waɗanda ke yaba wa *Kiristanci na Kawai* amma suna jin cewa imani kaɗai ba shine ƙarshen tafiyar ba.

Ga waɗanda suka yi daidai da fahimtar fahimtar CS Lewis, amma suna jin tashin hankali na yau da kullun tsakanin imani da aiki.

Wannan littafin an yi shi ne don:

- Kiristocin da suka yi imani da imani dole ne su yi amfani da **hankali da biyayya**
- Masu karatu waɗanda shakku, hankali, wahala, ko gaskiya ta ilimi suka siffanta su
- Masu neman waɗanda ke son fiye da jin daɗi, amma ba su da ra'ayi
- Muminai suna sha'awar samuwar abubuwa, ba kawai bayanai ba
- Masu karatu suna bin diddigin rayuwa ta zamani waɗanda ke buƙatar gaskiyar da aka fassara zuwa gaskiya mai rai

Musamman ga waɗanda suka taɓa cewa:

- *"Na yarda da wannan—amma ta yaya zan rayu da shi?"*
- *"Imanina yana da ma'ana, amma rayuwata ba ta yi nasara ba tukuna."*

- *"Ina son Kiristanci wanda ke samar da hali, ba kawai ra'ayi ba."*

Wannan ba littafi ne na karatu ba tare da son rai ba.
Na waɗanda ke son a yi musu tsari ne.

ABIN DA ZA KU SAMU DAGA WANNAN TAFIYAR

An tsara wannan tafiya ta ibada ta kwanaki 40 don **samar da dukkan mutum** - hankali, zuciya, da kuma nufinsa.
Ta hanyar karatun yau da kullun, za ku sami:

• Hoton CS Lewis Mai Rai
Ba za ku haɗu da Lewis ba a matsayin mutum mai hangen nesa na ilimi, amma a matsayin mutumin da baƙin ciki, shakku, tunani, horo, da kuma mika wuya ba tare da son rai ba suka tsara shi. Rayuwarsa ta farko, gwagwarmaya, da sauyi suna samar da tsarin imani na ɗan adam wanda yake jin gaskiya da sauƙin samu.

• Kiristanci Kawai An Fassara Zuwa Rayuwa ta Yau da Kullum Ra'ayoyi masu mahimmanci daga *Kiristanci Kawai* an sake bayyana su a cikin harshe na zamani kuma ana amfani da su ga abubuwan da ke faruwa a yau da kullun - aiki, dangantaka, lamiri, wahala, biyayya, da farin ciki.

• Tsarin Ruhaniya Mai Tsari
Kowace rana tana bin tsari da aka tsara: tunani, fahimta, da amsawa—tana barin gaskiya ta motsa daga fahimta zuwa aiki.

• Imani Mai Kawo Aiki
Wannan tafiya ba ta buƙatar ka yarda da gaskiyar Kirista kawai ba. Tana gayyatar ka ka yi ta—ta hanyar motsa jiki da gangan wanda ke tsara halaye, shawarwari, da hali.

• Zurfin Sannu a Hankali, Ba Ya Wuce Gonaki Ba
Maimakon bayyana komai a lokaci guda, wannan ibada tana

buɗe tsari a hankali, tana ba da sarari don tunani, juriya, da girma.
A ƙarshen waɗannan kwanaki arba'in, masu karatu ba za su san Lewis sosai ba.
Za su fahimci kansu da gaskiya—kuma su kasance cikin shiri sosai don rayuwa abin da suka yi imani da shi.

KALMOMI BAKWAI MASU KYAU DA BITA

"Kiristanci kawai yana bayyana abin da Kiristoci suka yi imani da shi. Wannan littafin yana taimaka maka ka rayu da shi."

"Lewis ba ya rage darajar imani - kuma wannan ibadar ba ta rage darajar ba. Yana ƙalubalantar mai karatu ga biyayya, ba kawai yarjejeniya ba."

"Littattafai kaɗan ne suka tsara Kiristanci na zamani kamar *Kiristanci na yau da kullun* . Wannan ibada a ƙarshe tana kawo ra'ayoyinta cikin ayyukan yau da kullun."

"CS Lewis ya yi magana da tunanin zamani domin ya fara kokawa da shakku da kansa. Wannan littafin ya nuna wannan gaskiya da kyau."

"A bayyane yake, mai ƙarfin hali, kuma mai amfani sosai—tunanin Lewis yana bayyana idan aka haɗa shi da ayyukan yau da kullun."

"Wannan ba ibada ce ta motsin rai ba. Tana da tunani mai zurfi, mai buƙatar ƙoƙari, kuma tana da lada mai yawa."

"Lewis ya haɗu da mai karatu inda suke - amma bai taɓa barin su su zauna a can ba."

Sallama!

Zakariyya Godseagle ; Amb MO Ogbe ; C. Ladi Ogbe
Ayyukan Mishan na Allah na Eagle
https://www.otakada.org
ambassador@otakada.org

BLURB NA BAYAN TAKARDA

Kiristanci kawai ya bayyana imani. - Wannan littafin yana taimaka maka ka rayu da shi.

Kafin CS Lewis ya zama ɗaya daga cikin muryoyin Kiristanci mafi tasiri, ya kasance mai son tuba—mai hazaka, mai rauni, mai shakka, kuma mai adawa da Allah. Tafiyarsa daga shakku zuwa mika wuya ta siffanta *Kiristanci na Mere* , littafi wanda ya jagoranci miliyoyin mutane zuwa ga imani.

Kiristanci na Kawai, Cikakken Rayuwa yana gayyatar masu karatu su ci gaba.

Wannan ibada ta kwanaki 40 ta haɗa rayuwar Lewis ta farko, muhimman fahimta daga *Kiristanci na Mere* , da kuma amfani da ita a kullum cikin tafiya ta rayuwa. Maimakon taƙaita tauhidi, tana horar da mai karatu ya yi aiki da ita—kowace rana.
Kowace tunani ta haɗa tarihin rayuwa, gaskiyar Kirista marar lokaci, harshen zamani, da kuma aikin da aka yi da gangan, wanda ke taimakawa imani ya motsa daga shafin zuwa rayuwar yau da kullum.
Wannan ba wai kawai ibada ba ce,
gayyatar zuwa ga samuwarta ce.
Ba wai kawai a yi tunani kamar Kirista ba—
amma a yi rayuwa kamar ɗaya.
Wasiku Masu Rai - inda bangaskiya ke bayyana.

SADAUKARWA

Ga duk waɗanda suka yi imani—
da kuma waɗanda ke fama da yin imani; ga zukatan da ke neman haske, zukata waɗanda ke sha'awar gaskiya, da kuma rayuwa da har yanzu ake rubuta ta da alherin Allah.
Ga masu karatu a kan hanya mai nisa
daga hankali zuwa mika wuya, daga imani da aka bincika zuwa ga imani da ya rayu gaba ɗaya.

GODIYA

Wannan aikin yana kan kafadun imani da aka yi nazari a kansu kuma aka rayu da ƙarfin hali.

Muna matuƙar godiya ga shaidar **CS Lewis mai ɗorewa** , wanda gaskiyarsa ta ilimi, bayyananniya mai tunani, da biyayya ta tawali'u ke ci gaba da jagorantar masu karatu marasa adadi zuwa ga Kiristanci mai zurfi da ɗorewa. Ko da yake lokaci ya raba shi, muryarsa ta kasance a bayyane - tana kiran zukatan zamani su yi la'akari da gaskiya, nagarta, da kuma halin Kristi ba a matsayin ra'ayi mai zurfi ba, amma a matsayin Ubangiji mai rai.

Muna godiya ga malamai da yawa, malamai, fastoci, da marubuta waɗanda kiyayewa da fassarar rayuwar Lewis da rubuce-rubucensa da kyau ya sa wannan tafiyar ibada ta yiwu. Aikinsu ya taimaka wajen tabbatar da cewa imani da hankali ya kasance mai sauƙin samu ga kowane sabon tsara.

Muna kuma godiya ga al'ummar masu karatu a duniya—masu neman ilimi, masu shakka, masu imani, da masu gwagwarmaya—waɗanda tambayoyinsu, tunani, da sukar gaskiya suka tsara hangen nesa na wannan littafin. Yawancin jigogi da aka yi magana a nan sun samo asali ne daga ainihin tashin hankali da masu karanta *Kiristanci na Kawai suka furta* : sha'awar haske ba tare da sanyi ba, amincewa ba tare da alfahari ba, da imani wanda ke canza rayuwar yau da kullun maimakon ci gaba da kasancewa a ka'ida.

Godiya ta musamman ga waɗanda suka ba da gudummawa wajen tsara wannan aikin ibada da kuma amfani da shi ta ruhaniya. Fahimtar ku da addu'a ta taimaka wajen tsara wannan littafin ba wai kawai a matsayin tunani kan ra'ayoyin Lewis ba, har ma a matsayin gayyata don rayuwa da su.

Fiye da komai, muna godiya ga Allah—wanda ya haɗu da masu hankali da haƙuri, yana bin zukata masu yawo da alheri,

kuma yana ci gaba da rubuta wasiƙu masu rai ta hanyar rayuwa ta yau da kullun da aka mika wa nufinsa.
Bari wannan aikin ya zama ba a matsayin ƙarshensa ba, amma a matsayin mafari.

GODIYA GA MAI BUGA

An buga wannan kundin a matsayin wani ɓangare na **Littattafai Masu Rai - Jerin Ibada na Kwanaki 40** , wani shiri na almajiranci da aka sadaukar don ƙirƙirar masu bi waɗanda ba wai kawai ake furta imaninsu ba, har ma da waɗanda aka nuna musu.

Jerin ya fara ne da ***St. Augustine na Hippo (354–430 AD): Daga Zuciya Mai Natsuwa zuwa Rayuwa Mai Rubutu*** , wanda ya bi diddigin tafiyar Augustine daga rikici na ciki zuwa biyayyar da ta mika wuya. Wannan kundin farko ya kafa babban abin da wannan aikin ya kunsa: cewa Allah yana ci gaba da rubuta gaskiyarsa ta hanyar samar da rayuka, da kuma shaidar maza da mata masu aminci har yanzu suna da koyarwa mai rai ga Cocin a yau.

Kundin farko a cikin jerin Living Epistles yana samuwa a nan: https://www.amazon.com/ST-AUGUSTINE-HIPPO-354-430-Devotional-ebook/dp/B0GJN8N9XS

Kiristanci kawai, Cikakken Rayuwa ya ci gaba da wannan hangen nesa ta hanyar komawa ga rayuwa da tunanin **CS Lewis** , wanda tubarsa da rashin son zuciya da kuma bangaskiyarsa mai ladabi ke magana da ƙarfi ga tunanin zamani. Inda Augustine ya bayyana zuciyar da ba ta da natsuwa, Lewis ya fuskanci ra'ayin da ba shi da tabbas - yana kiran masu bi fiye da imani zuwa biyayya ta yau da kullun.

Godseagle Ministries ta buga jerin Living Epistles tare da umarni bayyananne: don kula da albarkatun da ke kan Littafi Mai Tsarki don almajirtar da al'ummai, ƙarfafa Ikilisiya, da kuma ba da damar masu bi su rayu a bayyane a matsayin jakadun Kristi. Mun yi imani cewa bangaskiya ba ta dogara da ra'ayoyi kaɗai ba, amma ta hanyar rayuwa da aka tsara ta hanyar gaskiya, an gwada ta da ƙiyayya, kuma an ba ta iko ta hanyar Ruhun Allah.

Ana gabatar da kowane littafi a cikin wannan jerin addu'a, da fatan cewa masu karatu ba za su koya kawai daga abin da ya gabata ba, amma za su mayar da martani a halin yanzu—suna barin Allah ya ci gaba da rubuta wasiƙunsa masu rai ta hanyar rayuwa ta yau da kullun da suka miƙa wuya ga manufofinsa.

Muna godiya ga duk wanda ya shiga wannan tafiya, muna da yakinin cewa Allahn da ya canza Augustine da Lewis yana aiki a yau.

GABATARWA

Kiristanci ba a taɓa samun ci gaba ta hanyar ra'ayoyi kaɗai ba. Kullum ana ci gaba da shi a rayuwa.
Daga biyayyar Ibrahim ga mika wuya ga Bulus, daga ikirari marar natsuwa na Augustine zuwa ga rashin yarda da **CS Lewis** , Allah ya zaɓi ya bayyana kansa ba kawai ta hanyar wahayi a rubuce ba, har ma ta hanyar bangaskiya mai ma'ana. Nassosi suna bayyana gaskiya; rayuka suna nuna yadda wannan gaskiyar take idan aka yi imani da ita, aka yi tsayayya da ita, aka gwada ta, kuma a ƙarshe aka yi mata biyayya.

An rubuta wannan littafin da wannan yakinin.
Kiristanci kawai ya taimaka wa miliyoyin mutane su fahimci abin da Kiristoci suka yi imani da shi. Ya fayyace koyarwa, ya wargaza rudani, kuma ya yi magana mai gamsarwa ga masu tunani a tsawon tsararraki. Duk da haka, masu karatu da yawa sun ji gibin da ke tsakanin fahimta da rayuwa—tsakanin yarjejeniya da biyayya. An haifi wannan ibada ne don biyan wannan gibin.
CS Lewis da kansa ya fahimci hakan sosai. Tafiyarsa zuwa ga Almasihu ba ta kasance ta hanyar sha'awar motsin rai ko tabbacin nan take ba, amma ta hanyar juriya mai tsawo, tunani mai kyau, da kuma mika wuya daga baya wanda ya sa shi ya rasa iko. Ya yi imani kafin ya yi biyayya. Ya yi jayayya kafin ya durƙusa. Kuma lokacin da ya miƙa wuya, bai yi haka ba saboda bangaskiya ta ji daɗi, amma saboda gaskiya ba ta bar masa wani madadin ba.

Wannan tashin hankali—tsakanin amincewa da sauyi—ya ci gaba da kasancewa a zamanin yau.

Muna rayuwa ne a cikin zamani mai cike da bayanai da rashin tsari. Mutane da yawa masu bi sun san abin da suka yi imani da shi, amma suna fama da rayuwa akai-akai. Ana tabbatar da

bangaskiya, amma an raba su. Ana yaba wa Kristi, amma ba koyaushe ake bin sa ba. Lewis ya ga wannan haɗarin a sarari kuma ya dage cewa Kiristanci, idan gaskiya ne, dole ne ya sake gina mu—ba wai kawai ya zaburar da mu ba.
Wannan littafin yana gayyatarka zuwa wannan lissafin. *Kiristanci na Kawai, Cikakken Rayuwa* ba jagora ne na nazari ba, kuma ba tarihin rayuwa ba ne a ma'anar gargajiya. Tafiya ce ta kwanaki 40 da aka tsara don taimakawa imani ya zama nama ta hanyar tunani na yau da kullun, bincika kansa da gaskiya, da kuma amsa da gangan. Daga farkon rayuwar Lewis, tubarsa ta rashin son rai, da kuma fahimtar *Kiristanci na Kawai* , kowace rana tana gayyatarka ka wuce yarjejeniya mara amfani zuwa biyayya da aka yi.
Ana shirya kwanaki masu zuwa da gangan. Ba sa gaggawa, kuma ba sa mamaye su. Ana barin gaskiya ta bayyana a hankali, tana ba da sarari ga juriya, ganewa, da amsawa. Wasu kwanaki za su bayyana. Wasu kuma za su iya tayar da hankali. Wasu na iya fuskantar halaye ko zato da ba a yi nazari a kansu ba tun da daɗewa. Wannan da gangan ne. Ba kasafai ake samun tsari ba tare da wata matsala ba.
Wannan littafin bai nemi ka zama kamar CS Lewis ba. Yana gayyatarka ka zama abin da Lewis da kansa ya yi imani da cewa kowanne Kirista ana kiransa: rayuwa wadda ba wai kawai ake sanin Almasihu ba, har ma ana bayyana ta.

Da farko, ka zo da gaskiya.
Ba kwa buƙatar tabbas - sai dai son rai. Ba kwa buƙatar kamala - sai dai mika wuya.
Manufar wannan tafiya ba wai don kammala karatu arba'in ba ne, amma don fara wata hanyar rayuwa daban. Bari waɗannan shafukan su zama ba a matsayin ƙarshen rayuwa ba, amma a matsayin ƙofa—zuwa ga bangaskiya mai tunani, ladabi, kuma cikakkiyar rayuwa.

SHARHIN MAI KARATU NA FARKO

"Na karanta *Kiristanci na yau da kullun* fiye da sau ɗaya, amma wannan karatun ibada ya taimaka mini na rage gudu kuma ya bar gaskiyarsa ta canza halaye na na yau da kullun."

"Wannan littafin bai bar ka ka ɓoye a bayan sha'awar Lewis ba. Yana tambaya a hankali amma da ƙarfi yadda biyayya take."

"Haɗin tarihin rayuwa, tunani, da aiki ya sa wannan ya zama kamar horon ruhaniya mai jagora maimakon ibada."

"Abin da ya fi bani mamaki shi ne yadda wannan ya zama na sirri. Matsalolin farko na Lewis sun yi kama da nawa fiye da yadda na zata."

"Mai tunani ba tare da yin nauyi ba, mai ƙalubale ba tare da yin tsauri ba. Wannan ibada ce ga mutanen da suke son imaninsu ya girma."

"Na fahimci cewa wannan ba a yi gaggawa ba. Kowace rana ta ginu ne a kan na ƙarshe, tana ba da sarari don amincewa, juriya, da ci gaba."

"A ƙarshen kwanaki arba'in, na fahimci cewa wannan ba wai kawai game da Lewis ko *Kiristi ba ne* . Ya shafi yadda nake rayuwa ne a zahiri."

GABATARWA

"Kai ne wasiƙarmu, wadda aka rubuta a cikin zukatanmu, wadda dukkan mutane suka sani kuma suka karanta."
- 2 Korintiyawa 3:2

Ba a taɓa nufin Kiristanci ya ci gaba da kasancewa a ka'ida ba.

Ba wai kawai an bayar da shi don a kare shi, a yi masa bayani, ko a yaba masa ba, amma don a **nuna shi** a cikin rayuwa ta yau da kullun - don ya ɗauki siffar da ake gani a cikin rayuwar yau da kullun da aka miƙa wa Kristi na musamman. Bishara ba ta ƙare da imani ba; tana farawa daga nan. Shaidar gaskiya ba a samunta a cikin littattafai kawai ba, amma a cikin mutanen da gaskiya ta sake shirya rayuwarsu.

Wannan shine yakinin da ke bayan jerin **Living Epistles** .

Kowanne littafi an gina shi ne bisa wata ra'ayi mai sauƙi amma mai wahala: cewa rayuwar waɗanda suka yi kokawa da Allah, gaskiya, da biyayya har yanzu suna magana—ba kamar tarihi mai nisa ba, amma kamar koyarwa mai rai. Gwagwarmayarsu, gazawarsu, jinkiri, da kuma miƙa wuyansu daga ƙarshe suna bayyana yadda imani ke da tushe a cikin ainihin abin da ɗan adam ya fuskanta.

A cikin wannan kundin, za mu juya ga **CS Lewis (1898–1963)** — ba wai don ya rayu rayuwa mai kyau ta Kirista ba, amma saboda ya rayu ta *gaskiya* .

Lewis bai fara a matsayin mai bi mai sha'awar biyayya ba. Ya fara ne a matsayin mai hankali mai ja da baya—mai kaifi, mai tunani, mai rauni, kuma mai adawa da Allah. Yana son hankali, kyau, da kuma fahimtar ɗabi'a, duk da haka yana tsayayya da ikon da Kiristanci ya buƙata. Tafiyarsa zuwa ga Kristi ba ta da sauri ko kuma ta motsin rai; an nuna ta da jayayya, jinkiri, da miƙa wuya wanda ya zo da tsada.

Wannan ya sa muryarsa ta fi dacewa musamman yanzu.

Muna rayuwa ne a zamanin da imani yake da sauƙin furtawa, amma sau da yawa ana jinkirta biyayya. Ana tattauna bangaskiya, ana muhawara, kuma ana raba ta, amma ba kasafai ake barin ta sake tsara rayuwa gaba ɗaya ba. Mutane da yawa sun yarda da Kiristanci a ƙa'ida yayin da suke tattaunawa kan buƙatunta a aikace. Lewis ya fahimci wannan tashin hankali a sarari kuma ya dage cewa Kiristanci, idan gaskiya ne, ba ya barin wani wuri don tsaka tsaki mai daɗi.

Wannan littafin yana gayyatarka zuwa wannan lissafin.

Kiristanci Kawai, Cikakken Rayuwa ba gabatarwa ba ne ga tunanin Lewis, kuma ba maye gurbin rubuce-rubucensa ba. **Tafiya ce mai jagora** wadda ke kawo rayuwarsa, ra'ayoyinsa, da kuma da'awar Almasihu cikin tattaunawa tare da gogewarka ta yau da kullun. Ba ya gaggawar samun amsoshi, amma ba ya barin gujewa. Yana tambayar abin da Lewis da kansa ya fuskanta: *Idan wannan gaskiya ne, to ta yaya zan rayu?*

An tsara surori masu zuwa don su ci gaba a hankali da kuma da gangan. Za ku haɗu da lokutan rayuwar Lewis ta farko, fahimtar da aka samo daga *Kiristanci na Kawai* , da kuma tunani da ke fassara waɗannan gaskiya zuwa harshen zamani. Kowane mataki yana shirya ƙasa don abin da zai biyo baya, yana ba da sarari don ganewa kafin amsawa, da kuma amincewa kafin aiki.

Ba a tsammanin ka isa da tabbas.
Ana gayyatar ka ka zo da gaskiya.

Manufar wannan tafiya ba wai don yaba wa CS Lewis ba ne, ko ma don ya ƙware a ra'ayoyin Kirista, amma don bincika yadda imani ke zama biyayya—yadda gaskiya ke bayyana a cikin halaye, yanke shawara, dangantaka, da hali.

Kafin fara tafiyar yau da kullum, sashe na gaba zai taimaka maka ka daɗe a inda Lewis da kansa ya daɗe: a cikin sararin da ke tsakanin juriya da mika wuya, tsakanin sani da yarda da kai. A can, an shimfida harsashin imani wanda ba ya ci gaba da kasancewa a ka'ida ba, amma yana rayuwa gaba ɗaya.

GABATARWA GA KASHI NA DAYA

KAFIN KIRISTA KADAI

Yin Rai Mai Rashin Nasara

Kafin Kiristanci ya zama wani abu da za a yi bayani a kansa, a kare shi, ko a rayu, wani abu ne **da aka yi masa tir da shi** .

Kashi na ɗaya na wannan littafin bai fara da imani ba.
Ya fara ne da samuwar abubuwa.

Tun kafin a rubuta *Kiristanci na asali* , rayuwar da za ta samar da ita ana tsara ta a hankali—ta hanyar asara, sha'awa, tunani, hankali, da kuma son rai mara yarda. Waɗannan ƙarfin farko ba su kai CS Lewis ga imani kai tsaye ba. Sun shirya shi don lissafi da ba zai iya gujewa ba.

Wannan sashe yana gayyatarka ka dakata a can.

A nan, Lewis bai zama mai tunani irin na Kirista ba har yanzu da mutane da yawa ke yaba masa. Yaro ne wanda baƙin ciki ya raunata, saurayi ne da kyau ya farka, mai hankali mai ladabi da rashin son iko, kuma mai shakka mai gaskiya wanda ba ya son mika wuya ba tare da dalili ba. Tambayoyinsa ba su da zurfi, juriyarsa ba ta da sakaci. Ya yi imanin cewa gaskiya tana da muhimmanci—kuma wannan imani da kansa yana da tsada.

Shi ya sa labarinsa ya ci gaba da kasancewa a zamanin yau.

Mutane da yawa a yau ba sa ƙin Kiristanci kai tsaye. Suna jinkirta shi. Suna yaba shi. Suna nisanta shi yayin da suke ci gaba da kasancewa cikin zurfin abubuwan da suka faru waɗanda ke sa miƙa wuya ya zama kamar ba shi da haɗari. Ba a yin watsi da bangaskiya; ana jinkirta ta. Ba a musanta biyayya ba; ana tattaunawa ne.

Kashi na ɗaya yana nuna yadda wannan yanayin yake kama.

Ba a yi nufin waɗannan surori su shawo kanka ba.
An yi su ne don **taimaka maka ka gane kanka** .

Ba a nemi ka yarda ko ka ƙi yarda ba tukuna.
Ana buƙatar ka lura—yadda asara ke koyar da taka tsantsan, yadda sha'awa ke tayar da sha'awa, yadda hankali ke buƙatar gaskiya, yadda lamiri ke ƙin yin shiru, da kuma yadda miƙa wuya sau da yawa yake jin kamar shan kashi kafin ya zama 'yanci.

Wannan ita ce ƙasar da *Kiristanci* ya tsiro daga ciki.
Ita ce kuma ƙasar da masu karatu da yawa har yanzu suke tsayawa a kai.

Kafin imani ya zama biyayya, an riga an fara samuwar.

Abin da ke biyo baya ba kare imani ba ne, kuma ba taswirar imani ba ce.

Bin diddigin samuwar abu ne.

Kafin Kiristanci ya zama wani abu da CS Lewis zai yi wa wasu bayani, wani abu ne da ya yi tsayayya da shi a cikin kansa. Tambayoyinsa ba su taso a cikin wani yanayi ba; sun samo asali ne daga asara, sha'awa, tunani, da kuma ƙin miƙa wuya ba tare da gaskiya ba.

Kashi na ɗaya ya shiga cikin wannan duniyar ta ciki.

Waɗannan surori ba sa gaggawar zuwa ga ƙarshe. Suna tafiya a hankali, da gangan, ta hanyar ƙarfin da ya siffanta rai mai son rai—ikon da har yanzu ke siffanta rayuka da yawa a yau. A nan, imani bai zama biyayya ba tukuna. Imani bai zama na mutum ba tukuna. Amma ana shirya ƙasa.

Tafiyar ta fara ne inda har yanzu juriyar take da ma'ana.

BABI NA DAYA

KAFIN Imani ya zama Biyayya

Yadda Aka Shirya Rai Mai Kin Sanin Gaskiya

Tun kafin **CS Lewis** ya zama ɗaya daga cikin muryoyin da aka fi amincewa da su a cikin tunanin Kirista, yaro ne da baƙin ciki, tunani, da kuma yunwar ma'ana ta yau da kullun suka tsara.

Labarin Lewis bai fara da imani ba.
Yana farawa da **asara** .

A lokacin ƙuruciyarsa, Lewis ya rasa mahaifiyarsa. Raunin ba wai kawai ya kasance mai motsin rai ba ne—ya sake tsara duniyarsa ta ciki. Tsaro ya ɓace. Tabbaci ya ɓaci. Allah, idan yana wanzuwa kwata-kwata, ya yi kama da mai nisa ko kuma wanda ba za a iya amincewa da shi ba. Kamar mutane da yawa a yau waɗanda ke fuskantar wahala da wuri, Lewis ya koyi rayuwa ta hanyar juyawa cikin ciki—zuwa littattafai, tunani, da kuma daga baya, hankali. Ya gina duniya inda za a iya sarrafa ma'ana, inda dalili ya maye gurbin amana, kuma inda za a iya sanya wa sha'awa suna ba tare da an amsa ba.

Wannan ma, yana jin kamar na zamani.

Mutane da yawa a yau ba su ƙi Kiristanci ba domin sun bincika shi da kyau. Sun kauce daga gare shi saboda rayuwa tana ciwo da wuri, tambayoyi ba su amsa ba, ko kuma iko ya gaza su. Bangaskiya ba ta rugujewa a ƙarƙashin jayayya ba—ta ɓace a hankali a ƙarƙashin takaici.

Rayuwar Lewis a farkon rayuwarsa ta horar da shi ya yi tunani mai zurfi, amma ya dogara da hankali.

Yayin da yake girma, tunaninsa ya bunƙasa. Tatsuniya, tatsuniya, waƙoƙi, da labari sun tada masa hankali mai zurfi cewa gaskiya dole ne ta fi rayuwa da jin daɗi. Ya ji cewa kyau yana nuna fiye da kansa, wannan sha'awar tana nuna wani abu na gaske. Duk da haka lokacin da Kiristanci ya bayyana kansa, ya yi tsayayya da shi da ƙarfi. Bai musanta ɗabi'a ba. Bai musanta kyau ba. Ya ƙi **miƙa kai** . Allah, idan da gaske ne, zai buƙaci fiye da abin da Lewis ya shirya bayarwa.

Don haka ya jinkirta.

Mutane da yawa masu karatu na zamani suna gane wannan yanayin nan take.
Suna ganin akwai "wani abu mafi girma," amma suna shakkar sanya masa suna Allah. Suna yaba wa Kristi, amma suna jinkirin bin sa. Suna son ma'ana, duk da haka suna tsoron mika wuya.

Lewis ya rayu tsawon shekaru a wannan wuri—abin da za a iya kira **juriya ta gaskiya** . Bai yi kamar rashin yarda ba abu ne mai sauƙi ba. Ya yarda cewa dokar ɗabi'a ta matsa masa. Ya san cewa abin da ke daidai da abin da ba daidai ba suna jin kamar gaskiya ne, suna da alaƙa, ba za a iya kauce musu ba. Duk da haka ya san cewa idan Kiristanci gaskiya ne, ba zai buƙaci gyara ba, amma **ya yarda** .

Wannan tashin hankali—tsakanin sani da biyayya—a ƙarshe ya siffanta zuciyar **Kiristanci kawai** .

Kiristanci kawai a matsayin shelar imani mai nasara ba. An ƙirƙira shi ne a cikin jinkirin mika wuya ga ilimi. Lewis ya yi jayayya a wani kusurwa inda gaskiya ke buƙatar shawara. Ya shahara da bayyana kansa a matsayin "wanda ya fi kowa jinkirin tuba a duk Ingila." Musuluntarsa ba ta kasance da farin ciki ba, amma ta hanyar rugujewar juriya a hankali.

Wannan ma yana magana ne game da zamaninmu.

A cikin duniyar da ke cike da bayanai, imani sau da yawa yana zuwa cikin sauƙi. Biyayya ba ta yi ba. Muna tara wa'azi, shirye-shiryen podcasts, littattafai, da maganganu, amma muna ci gaba da kasancewa ba tare da wani canji ba. Muna tattaunawa da Kristi maimakon durƙusawa a gabansa. Lewis ya fahimci wannan a matsayin babbar matsalar zamani - ba jahilci ba, amma **rabi-rabi mika wuya** .

Kiristanci kawai ya bayyana yayin da Lewis ke ƙoƙarin bayyana abin da shi da kansa yake koya: cewa Kiristanci ba game da zama mutane masu kyau ba ne, amma game da zama sababbi. Ba game da sarrafa ɗabi'a ba, amma game da yin sauyi. Ba game da ƙara Allah a rayuwarmu ba, amma game da barin Allah ya sake tsara komai.

Rayuwarsa ta farko—wanda aka yi masa alama da baƙin ciki, tunani, girman kai na ilimi, da kuma rashin yarda da ra'ayin wani abu—ta ba shi murya ta musamman. Ya iya magana da masu shakka ba tare da raini ba kuma ga masu bi ba tare da yin yabo ba. Ya fahimci ruhin zamani domin ya rayu a cikinsa.

Don haka lokacin da Lewis ya rubuta game da girman kai, ba wai yana yin nazari ba ne.
Lokacin da yake rubutu game da ɗabi'a, ba yana yin bayani dalla-dalla ba ne. Lokacin da yake rubutu game da Almasihu, yana kwatanta Mutumin da ya wargaza duniyarsa ta ciki da aka tsara a hankali.

Ikon dawwama na *Kiristanci kawai* yana nan: bai bar masu karatu su ci gaba da lura ba. A hankali ya nace cewa idan

Kiristanci gaskiya ne, to tsaka tsaki ba zai yiwu ba. Dole ne a yi tsayayya da Kristi ko kuma a yi masa biyayya.

Wannan shine dalilin da ya sa aikin Lewis ya ci gaba da yaɗuwa a cikin tsararraki, al'adu, da ƙungiyoyin addini. Ba wai kawai yana jan hankalin masu addini ba ne. Yana magana da masu shakka, masu tunani, masu zauni, da kuma waɗanda ba su da nutsuwa a hankali. Yana rubutawa ga waɗanda suka fahimci cewa imani ba tare da canji ba komai ne—kuma cewa canji ba tare da miƙa wuya ba ba zai yiwu ba.

Wannan tafiya ta fara ne inda Lewis da kansa ya taɓa tsayawa: tsakanin sha'awa da biyayya, tsakanin fahimta da yarda da kai, tsakanin rayuwa mai jagoranci da kuma rayuwa da Almasihu ya jagoranta.

Ba a buƙatar ka yarda da Lewis ba.
Ana gayyatar ka ka bincika tambayoyin cikin gida da suka tsara shi—kuma ka lura da inda waɗannan tambayoyin suka riga suka rayu a cikinka.

Babi na gaba ba zai yi maka gaggawa ba.
Ba za su mamaye ka ba. Amma ba za su bar ka ba tare da an taɓa ka ba.

A yanzu, ya isa a fahimci wannan:
tun kafin bangaskiya ta zama aiki, dole ne ta zama **ta mutum ɗaya** .

Tafiyar ba ta fara da amsoshi ba.
Tana farawa da gaskiya.

WURAREN CUTARWA

Tambayoyi don Gwaji na Gaskiya

Ba a yi nufin a amsa waɗannan tambayoyin da sauri ba. An yi nufin a lura da su.

Bari su gane a fili maimakon su warware.

1. **A ina ne imani ya zama mai rikitarwa a cikin labarinka—ba ta hanyar jayayya ba, amma ta hanyar gogewa?**
   Waɗanne lokatai ne suka sake tsara yadda imani ya kasance mai aminci a gare ka?
2. **Ta waɗanne hanyoyi ne kake ganin ya fi sauƙi ka yi tunani game da bangaskiya fiye da mika wuya ga hakan?**
   Ina fahimta ta maye gurbin mika wuya?
3. **Waɗanne gaskiya ne ka yarda da su waɗanda ba ka yi biyayya ba tukuna?**
   Ka yi takamaimai, ba na gabaɗaya ba.
4. **Ta yaya kai kanka kake jinkirta biyayya?**
   Ta hanyar bincike? Shagala? Niyya mai kyau da aka jinkirta?
5. **Me biyayya za ta jawo maka a yanzu—ba a zato ba, amma a zahiri?**
   Wace iko, asali, ko tsaro ce ke fuskantar barazana?
6. **Shin ka taɓa jin cewa Kiristanci gaskiya ne, amma ka ƙi shi saboda abin da zai iya buƙata?**
   Ka zauna da gaskiya da wannan damuwar.

7. **Ina sha'awar Kristi za ta iya aiki a madadin bin Sa?**
   Me ake jin girmamawa—amma ba a yarda da shi ba?
8. **Idan ba tsaka-tsaki ba ne, me zai bukaci ya canza a rayuwarka?**
   Kada ka amsa—ka dai lura da abubuwan da ke ciki.

Jagorori Masu Saufi ga Mai Karatu

Ba a nemi ka motsa ba tukuna.
An nemi ka *gani* .

Kafin imani ya zama biyayya,
dole ne gaskiya ta zama ta mutum.

BABI NA BIYU

Asara, Bukata, da Haihuwar Juriya

Lokacin da Ciwo Yake Siffanta Yadda Muke Imani

Tun kafin imani ya zama batun koyarwa, ana tsara shi ta hanyar gogewa.

Ga **CS Lewis** , rashin ya yi fiye da haifar da baƙin ciki—ya horar da hankalinsa a hankali. Mutuwar mahaifiyarsa ba wai kawai ta bar wani abu ba ne; ta gabatar da tambaya da za ta daɗe tsawon shekaru: *Shin akwai wani abu da za a iya amincewa da shi da gaske?*

Jin zafi yana da hanyar yin hakan. Ba koyaushe yake taurare zuciya ba. Sau da yawa, yana koya wa zuciya kare kanta.

Lewis bai mayar da martani ga asara ta hanyar ƙin yarda da ma'ana ba. Maimakon haka, ya nemi ta ba tare da ɓata lokaci ba—amma bisa ga nasa ra'ayi. Ya koyi tun da wuri yadda ƙauna za ta iya zama mai rauni, yadda ta zama kamar ta'aziyya mara tabbas, da kuma yadda tsaro zai iya wargajewa da sauri. Don haka ya fara gina kariya ta ciki—ba ganuwar ɗaci ba, amma tsarin iko.

Wannan ma, yana jin kamar zamani ne ba tare da wata shakka ba.

Mutane da yawa a yau suna ɗauke da raunuka da ba sa yawan ambato. Kuskuren yarinta. Ba a cika tsammaninsu ba. Hukumomi suna ɗaukar waɗanda suka kasa cika su. Addu'o'in da suka ji ba a amsa su ba. Maimakon fuskantar waɗannan asarar kai tsaye, suna koyon ramawa—dogara ga iyawa, 'yancin kai, hankali, ko wadatar kai. Ba a ƙin bangaskiya kai tsaye ba; ana kiyaye ta a nesa.

Ba rashin kulawa ne ya sa Lewis ya ƙi Allah ba. Ta hanyar taka tsantsan ne ya tsara shi.

Ya yi marmari sosai—kyau, farin ciki, da wani abu fiye da duniyar da ake gani. Duk da haka yana jin tsoron cewa amincewa da cikakken ra'ayi zai sake haifar da ɓacin rai. Allah, idan da gaske ne, ba zai ba da ta'aziyya kawai ba; zai buƙaci miƙa wuya. Kuma miƙa wuya ya ji kamar ba shi da haɗari. Don haka Lewis ya koyi yabawa daga nesa.

Wannan tsari ya saba wa mutane da yawa. Muna barin sha'awa ta wanzu, amma muna daidaita iyawarta. Mun yarda da sha'awa, amma mun ƙi rauni. Muna cewa muna buɗe ga gaskiya—muddin ba ya buƙatar mu saki iko.

Asarar tana horar da mu mu yi lissafi.

Tunanin Lewis ya ba shi ɗan haske game da wani abu mafi girma—lokutan farin ciki mai zurfi, abubuwan da suka faru na kyan gani na ɗan lokaci waɗanda suka nuna gaskiyar da ta wuce duniyar zahiri. Amma waɗannan abubuwan ba su kai shi ga Allah nan take ba. Madadin haka, sun ƙara tsananta damuwa. Idan irin wannan sha'awar ta nuna wani abu na gaske, to gaskiya da kanta na iya buƙatar amsa.

Kuma martanin yana nufin haɗari.

Don haka Lewis ya koyi nazarin sha'awa maimakon yin biyayya ga ta. Ya sanya mata suna. Ya yi nazarin ta. Ya riƙe ta. Wannan ya ba shi damar kasancewa mai gaskiya a fannin tunani ba tare da ya fallasa kansa ba. Zai iya bincika ma'ana ba tare da durƙusa a gabanta ba.

Kuma, wannan yana jin daɗin zamani sosai.

Muna rayuwa ne a cikin al'adar da ke ƙarfafa bincike ba tare da jajircewa ba. Muna nazarin bangaskiya, muna tattauna ruhaniya, kuma muna cin gajiyar fahimta—amma muna ƙin duk wani abu da zai sake tsara rayuwarmu. Ana ɗaukar sha'awa a matsayin abin da za mu iya sarrafawa, ba alama da za mu bi ba.

An tsara juriyar Lewis a nan, a cikin wannan yanayi mai kyau: a buɗe yake don a yi tambaya, a rufe shi sosai don ya ci gaba da kasancewa cikin iko.
Amma sha'awa tana da hanyar ƙin yarda da abin da aka haramta.
Sha'awar da Lewis ya yi ƙoƙarin shawo kanta ta zama abin tunatarwa akai-akai cewa wani abu - ko Wani - ya wuce kariyarsa. Rashin nasara ya horar da shi ya ƙi amincewa da dorewa, duk da haka sha'awar ta nace cewa wanzuwar dindindin. Ciwo ya koya masa ya tsare kansa, duk da haka farin ciki ya nuna cewa miƙa wuya na iya zama daidai da hadarin.
Wannan rikicin cikin gida zai zama ɗaya daga cikin mawuyacin halin da yake ciki a rayuwarsa.
Daga baya Lewis zai rubuta game da sha'awa ba a matsayin wani abu da za a gamsu da shi ta hanyar maye gurbin duniya ba, amma a matsayin alamar da ke nuna bayansu. Duk da haka kafin ya iya bayyana wannan fahimta, dole ne ya fuskanci ma'anarta da kansa. Sha'awa ba za ta iya zama tsaka tsaki ba.
Tana buƙatar fassara - kuma daga ƙarshe, amsa.
Ga yawancin masu karatu na zamani, wannan babi ya shafi wani wuri mai mahimmanci.
Ba za mu iya gane kanmu a matsayin masu shakka ba. Har ma za mu iya gane kanmu a matsayin masu imani. Duk da haka mun fahimci yadda ake sarrafa imani a hankali—a bar imani ba tare da fallasa ba, yarjejeniya ba tare da rauni ba, sha'awa ba tare da biyayya ba. Rasa tana koya mana taka tsantsan.
Sha'awa tana koya mana rashin natsuwa. Tsakanin su biyun, juriya tana farawa a hankali.
Labarin Lewis yana tunatar da mu cewa juriya ba koyaushe take zama tawaye ba. Wani lokaci kariya ce ta kai da aka ɓoye a matsayin hikima.
Amma Kiristanci ba ya gamsuwa da girmamawa mai kyau.
Idan gaskiya ne, yana matsawa a hankali amma yana ci gaba da yin katsalandan a kan kariyar mu. Yana tambaya ko taka

tsantsan ɗinmu ya zama gujewa—kuma ko sha'awarmu tana sa mu fi ƙarfin iko.
Wannan babi bai nemi ka warware wannan damuwar ba tukuna.
Yana buƙatar ka lura da ita ne kawai.
Sha'awa ba ta faru ba bisa ga kuskure.
Rasa ba ta da ma'ana.
Dukansu suna tsara yadda muke kusantar Allah.
Kafin imani ya zama biyayya, dole ne a ambaci sunayen waɗannan rundunonin.
Sai lokacin ne kawai za a iya ci gaba da tafiya da gaskiya.

WURAREN CUTARWA

Tambayoyi don Kulawa da Gaskiya

Kada ku yi gaggawar waɗannan tambayoyin.
Ba a yi nufin a amsa su gaba ɗaya ba tukuna. Wasu an yi su ne kawai don a gane su.

1. **Wace asara ko rashin jin daɗi da wuri ta samo asali ne daga yadda kuka koyi amincewa da Allah—ko rashin amincewa da shi—?**
   Ka yi la'akari da asarar da ba a cika ba kawai, har ma da waɗanda ba su da tabbas: tsammanin da ba a cika ba, addu'o'in da ba a amsa ba, da kuma rashin iko.
2. **Ta waɗanne hanyoyi ka koyi kare kanka daga takaici ta hanyar ci gaba da riƙe iko?**
   A ina hankali ya maye gurbin buɗe ido a hankali?

3. **Me kake barin kanka ka yaba daga nesa, amma ka ƙi shiga cikin mutane sosai?**
Akwai wani nau'in imani da kake ganin yana da kyau—amma ba shi da haɗari?
4. **Yaya yawanci kake amsawa ga sha'awa—ma'ana, zurfi, ko dawwama?**
Shin kana binsa, kana nazarinsa, kana janye hankalinka daga gare shi, ko kuma kana riƙe shi?
5. **A ina ne kariyar kai za ta iya ɓoye kanta a matsayin hikima ko balaga?**
Me ake jin "mai hankali" wanda a zahiri zai iya zama gujewa?
6. **Idan sha'awa ba ta faru ba bisa ga kuskure, me take nufi a rayuwarka a yanzu?**
Me zai sa a ɗauki wannan alamar da muhimmanci?
7. **Me ya fi kawo cikas game da mika wuya—ba a ka'ida ba, amma a aikace?**
Me kake jin tsoron za ka iya rasawa?
8. **Shin ka taɓa jinkirta biyayya ba don ka saba wa gaskiya ba, amma saboda ka ji kamar ba ka da wata matsala?**
Ka zauna da wannan bambancin.

Jagorori Masu Sauƙi ga Mai Karatu

Ba a nemi ka amsa waɗannan tambayoyin ba tukuna.
Sai kawai ka bar su su bayyana a fili.
Sha'awa da juriya sukan haɗu wuri ɗaya.
Sunayensu shine aikin gaskiya na farko.

BABI NA UKU

Tunani Ba Tare da Mika Wuya Ba

Lokacin da Kyakkyawa Ta Farka Sha'awa Amma Ta Daina Biyayya

Ga **CS Lewis** , tunani ba tserewa daga gaskiya ba ne—farkawa ce kawai zuwa gare shi.
Tun kafin ya yi imani da Allah, Lewis ya yi imani da ma'ana. Kyakkyawa ta motsa shi. Labari ya motsa shi. Tatsuniya ta buɗe tagogi hankalinsa kaɗai ba zai iya ba. Ta hanyar waƙa, tatsuniya, da tatsuniyoyi na dā, ya ji cewa gaskiya tana da nauyi fiye da rayuwa da jin daɗi. Akwai wani abu *kuma* - wani abu mai ɗorewa, mai haske, kuma ba a iya isa gare shi ba.
Tunani ya koya wa Lewis tsawon rai.
Duk da haka, tunani, shi kaɗai, bai koya masa yadda ake yarda da ra'ayinsa ba.
Abubuwan da Lewis ya fuskanta a farkon rayuwarsa game da kyau sun haifar da lokutan sha'awa mai tsanani—abin da daga baya ya kira *farin ciki* . Waɗannan lokutan ba a gamsu da abubuwan da suka jawo su ba. Layin waƙa, labari, tunawa da yanayi—kowannensu ya farkar da sha'awa, sannan ya ɓace, ya bar ciwo. Abin da ya faru ba tare da wata shakka ba ne, amma ma'anarsa ba ta warware ba.
Ya koyi wani abu mai mahimmanci tun da wuri: ana iya farkar da sha'awa ba tare da an cika ta ba.
Wannan gano ya tsara shi sosai.
Maimakon kai shi ga Allah nan take, tunani ya zama wuri inda Lewis zai iya fuskantar fifiko ba tare da sadaukarwa ba. Zai iya bincika abin mamaki ba tare da mika wuya ba, kyau ba tare da biyayya ba, sha'awa ba tare da biyayya ba. Tunani ya ba shi damar kasancewa a buɗe ba tare da ya kasance mai rauni ba.
Wannan yanayin ba sabon abu bane.

Mutane da yawa a yau suna jin daɗin kyau sosai—kiɗa, fasaha, labari, adalci, har ma da ruhaniya—amma suna ƙin faɗin sunan tushensa. Suna fuskantar sha'awa amma suna guje wa ma'anarsa. Suna barin tunani ya motsa rai yayin da suke riƙe da ikonsa.

Tunani ya zama wuri mai aminci na tsakiya.

Hankalin Lewis ya yi nazari sosai kan waɗannan abubuwan da suka faru. Ya yi nazarin sha'awa maimakon bin ta. Ya yi nazarin sha'awa maimakon miƙa wuya ga abin da ta nuna. Wannan ya ba shi damar kasancewa mai gaskiya game da abubuwan da ya fuskanta yayin da yake jinkirta buƙatunsu. Amma tunanin, da zarar an farka, ya ƙi ci gaba da kasancewa tsaka-tsaki.

Kyawun da Lewis ya samu ya fara damun sa. Idan sha'awa ba ta zama bazuwar ba—idan ta nuna fiye da duniyar zahiri—to gaskiya kanta za ta iya kasancewa a cikin wani abu mafi girma. Kuma idan hakan gaskiya ne, tunani ba wai kawai ado ba ne. Bincike ne kawai.

Yana nuni.

Lewis ya fara jin cewa ba a yi nufin abubuwan da suka tashe su su gamsu da babban burinsa ba. Sun kasance alamomi, ba wurare ba. Duk da haka bin waɗannan alamomi zai buƙaci fiye da tunani. Zai buƙaci miƙa wuya.

Kuma mika wuya har yanzu yana da tsada.

Don haka Lewis ya daɗe yana sha'awarsa. Ya bar kyau ya koyar da motsin zuciyarsa yayin da yake adawa da ikonta a rayuwarsa. Ya yaba da jan hankalin da ya yi na wuce gona da iri ba tare da ya durƙusa masa ba. Tunani ya ba shi harshe na sha'awa, amma ba ƙarfin hali na biyayya ba.

Wannan tashin hankali—tsakanin gani da yarda—yana gudana a hankali ta hanyar bangaskiyar zamani.

Mutane da yawa a yau suna jin daɗin kyawun Kiristanci amma suna shakka kafin buƙatunsa. Suna yaba koyarwar Kristi, suna jin daɗin labarin fansa, kuma suna jin sha'awar hangen nesa na rayuwa mai canzawa - duk da haka suna tsayayya da iƙirarin cewa wannan kyawun yana buƙatar sake tsara kansa.

Tunani yana tayar da sha'awa.
Biyayya tana buƙatar shawara.
Tafiyar Lewis ta tunatar da mu cewa tunani kyauta ce, amma ba ƙarshen rayuwa ba ce. Yana iya shirya zuciya, amma ba zai iya kammala aikin ba. Kyakkyawa na iya kiranmu zuwa ga gaskiya, amma ba zai iya tilasta mana mu durƙusa ba.
Daga ƙarshe, Lewis ya fahimci cewa tunanin ba ya ɓatar da shi—amma bai isa ba shi kaɗai. Ba a yi nufin a sarrafa sha'awa ba har abada. An yi nufin ya jagoranci wani wuri.
Wannan babi bai warware wannan tashin hankalin ba.
Kawai yana ambaton sa ne.
Kafin imani ya zama biyayya, tunani yakan tada rai.
Amma dole ne a ci gaba da mika wuya.

WURAREN CUTARWA

Tambayoyi don Kulawa da Gaskiya

Kada ku yi gaggawar yin waɗannan tambayoyin.
Bari su bayyana a fili, ba amsoshi ba.

1. **Wadanne abubuwan da suka faru na kyau, labari, ko ma'ana ne suka tayar da sha'awa a cikinka?**
   Yaushe ka ji wannan nutsuwar jin cewa rayuwa tana nuna fiye da kanta?
2. **Yaya yawanci kake amsawa ga wannan sha'awar?**
   Shin kana binsa, kana nazarinsa, kana ɓoye shi, ko kuma kana janye hankalinka daga gare shi?
3. **A ina ka bar tunani ya motsa bangaskiyarka ba tare da barin ta siffanta biyayyarka ba?**
   Me ke da ban sha'awa—amma ba tare da wata matsala ba?
4. **Akwai wasu fannoni na Kiristanci da kake ganin suna da kyau amma ka ƙi mika wuya gare su?**
   Ka faɗi sunayensu da kyau.

5. **Ta waɗanne hanyoyi ne sha'awa za ta iya aiki a matsayin madadin aminci?**
Ina godiya za ta tsaya ba tare da sadaukarwa ba?
6. **Idan sha'awa alama ce maimakon wuri, ina zai iya nuna maka yanzu?**
Kada ka amsa—ka dai lura.
7. **Me ya fi zama barazana game da barin kyau ya kai ga biyayya?**
Wane iko ne zai iya kasancewa cikin haɗari?

Jagorori Masu Sauƙi ga Mai Karatu

Tunani ba shine makiyin imani ba.
Amma kuma ba shine ƙarshen ba.
Sha'awa tana shirya zuciya.
Mika wuya tana shirya rayuwa.

BABI NA HUƊU

Mai Gaskiyar Rashin Adalci

Lokacin da Shakka Ba Ta Da Karfi

Kafin **CS Lewis** ya mika wuya ga imani, ya zama wani abu da ba kasafai ake ganinsa a matsayin wanda ke da shakku ba—ya zama *mai gaskiya* .

Lewis bai ƙi Kiristanci don jin daɗi, tawaye, ko rashin kulawa ba. Rashin imaninsa ba shi da son kai. An yi shi bisa ƙa'ida, an yi shi da hankali, an kuma yi masa horo. Ya yi imani cewa idan gaskiya ta dace, to jin daɗin ƙarya ya fi haɗari fiye da rashin jin daɗi. Don haka ya ƙi imani har sai ya gamsu cewa za a iya jure wa bincike.

Wannan bambancin yana da muhimmanci.

Yawancin shakku na zamani ba su da yawa. Yana guje wa sadaukarwa ba tare da sakamako mai gamsarwa ba. Shakkar Lewis ta yi kauri. Ta yi kokawa. Ta kasance a farke da daddare. Ta biyo bayan muhawara har ta kai ga yanke shawara mara daɗi. Bai so Kiristanci ya zama gaskiya ba idan yana buƙatar rashin gaskiya ta ilimi. Kuma idan gaskiya *ne* , ya san ba zai iya ɗaukar ta da wasa ba.

Ba a ƙi yarda da Allah ba da Lewis ya samo asali ne daga ƙiyayya ga nagarta, amma ta hanyar biyayya ga hankali.

Ya yi imani cewa sararin samaniya a ƙarshe ba shi da wani sha'ani—mai kyau, wataƙila, amma ba shi da wani ra'ayi. Ma'anar wani abu ne da mutane suka yi hasashensa, ba wani abu da suka samu ba. Ɗabi'a tana da amfani, amma ba ta daurewa ba. Sha'awa gaskiya ce, amma an yi tunanin abin da take nufi. Wannan ra'ayin duniya ya ba Lewis damar kasancewa mai daidaito a tunani yayin da yake guje wa ikon da Kiristanci ya nuna.

Duk da haka hadin kai yana da iyaka.

Lewis ya fara lura da tsagewar rashin imaninsa—ba tsagewar motsin rai ba, amma ta hankali. Idan da gaske duniya ba ta da sha'awa, me yasa aka ji cewa wajibin ɗabi'a ba zai yiwu ba? Me yasa nagarta da mugunta suka matsa wa lamiri da irin wannan iko? Me yasa rashin adalci ya haifar da fushi maimakon ƙiyayya kawai?

Ya sami kansa yana kare hukunce-hukuncen ɗabi'a waɗanda ra'ayinsa na duniya ba zai iya goyon bayansu gaba ɗaya ba. Wannan ya dame shi.

Lewis ya fahimci cewa yana aro tabbacin ɗabi'a daga sararin samaniya, rashin yarda da Allah ba zai iya bayyana shi ba. Ya rayu kamar wasu abubuwa ba daidai ba ne—ba kawai rashin jin daɗi ko rashin amincewa da jama'a ba, amma *kuskure ne a zahiri* . Wannan fahimtar ba ta tura shi zuwa ga imani nan take ba, amma ta wargaza amincewarsa ga rashin imani.

Shakku na gaskiya yana da hanyar yin hakan.

Maimakon warware wannan rikici da sauri, Lewis ya ci gaba da kasancewa da shi. Ya bar shakku ya binciki kansa. Ya yi tsayayya da jarabar rage tambayoyi ko komawa ga ra'ayi. Ya bi hankali inda ya kai shi—ko da lokacin da ya nuna fiye da iyakokin da ya fi so.

Wannan shine dalilin da ya sa Lewis ya kasance mai jan hankali ga masu karatu na zamani.

Ba ya yin watsi da shakku.

Ba ya yin izgili da shakku. Yana girmama tambayoyi na gaskiya yayin da yake bayyana iyakokinsu.

Mutane da yawa a yau suna jin daɗin wannan matsayi sosai. Suna son bangaskiya da ke girmama hankali. Suna ƙin imani da ke buƙatar gajerun hanyoyi na tunani. Duk da haka suna kuma jin cewa shakku, idan ba a yi komai ba, zai iya zama mafaka—wuri inda ake jinkirta alhakin kuma ana jinkirta biyayya.

Labarin Lewis ya fallasa wannan yiwuwar a hankali amma da ƙarfi.

Akwai bambanci tsakanin shakku da ke neman gaskiya da shakku da ke neman jinkiri. Ɗaya yana da ƙarfin hali. Ɗayan kuma yana da kariya. Lewis ya gano cewa rashin imaninsa, duk da cewa yana da gaskiya, yana da tsada. Ya ba shi damar guje wa miƙa wuya, amma ba zai iya bayyana duniyar da yake zaune a ciki ba.

Daga ƙarshe, zai fahimci cewa Kiristanci bai karya hankali ba—ya kammala shi. Amma wannan amincewa tana nan a gaba.

A yanzu, Lewis ya tsaya a wani wuri mai wahala amma mai daraja: ba ya son yin imani da rashin gaskiya, amma yana ƙara kasa yin imani da kwanciyar hankali.

Wannan babi bai yi jayayya da kai game da bangaskiya ba. Yana tambaya wani abu mafi zurfi.

Yana tambaya ko shakkunka suna yin aikin da kake ganin suna yi ne—ko kuma sun zama mafaka daga yanke shawara a hankali.

WURAREN CUTARWA

Tambayoyi don Kulawa da Gaskiya

Kada ka yi gaggawar kare kanka yayin da kake karanta waɗannan.

Bari su bayyana a hankali.

1. **Ta yaya za ka bayyana shakkunka—shin suna da son sani, suna da taka tsantsan, suna kare kansu, ko kuma ba a warware su ba?**
   Wane irin salon magana suke da shi?
2. **Shin ka taɓa jinkirta biyayya yayin da kake gaya wa kanka cewa har yanzu kana "tunani" game da abubuwa?**
   Menene jinkirin zai iya karewa?
3. **Ina kake tsammanin Kiristanci zai cika ƙa'idodinka kafin ka yi la'akari da yin biyayya ga hakan?**
   Shin waɗannan ƙa'idodin sun dace—ko kuma suna da iko?

4. **Shin shakkunka suna tura ka zuwa ga gaskiya, ko kuma suna ba ka damar kasancewa ba tare da yanke shawara ba har abada?**
   Ka zauna da gaskiya da wannan bambancin.
5. **Wadanne imani ne kake da su na ɗabi'a da za su sa ka ji kamar ba za a iya kauce musu ba ko kuma suna da alaƙa da kai?**
   Daga ina kake ganin waɗannan imani sun fito?
6. **Shin ka taɓa lura da rashin jituwa tsakanin abin da ka ce ka yi imani da shi game da gaskiya da kuma yadda kake rayuwa a cikinta?**
   Me wannan rashin jituwar ke bayyanawa?
7. **Da a ce Kiristanci gaskiya ne, me shakkarka za ta kare ka daga gare shi a yanzu?**
   Kada ka amsa—ka dai lura.

Jagorori Masu Sauƙi ga Mai Karatu

Shakku na gaskiya ba shine makiyin imani ba.

Amma kuma ba gida ne na dindindin ba.

A wani lokaci, gaskiya tana buƙatar a yi mata biyayya—ba wai kawai a bincika ta ba.

BABI NA BIYAR

Dokar Ɗabi'a Ba Za Mu Iya Yi Shiru Ba

Dalilin da Ya Sa Daidai da Ba daidai ba Suke Kin Yin Tattaunawa

Yayin da **CS Lewis** ya yi nazarin rashin imaninsa sosai, wata gaskiya ta ƙi yin shiru: kasancewar *dole* .
Ya lura cewa mutane ba wai kawai sun fi son wasu halaye ba ne—suna *tsammanin* su ne. Mun yi jayayya kamar adalci yana da muhimmanci. Mun yi uzuri kamar mun san mun gaza. Mun yi Allah wadai da mugunta ba wai a matsayin abin da ba shi da daɗi ba, amma a matsayin abin da bai dace ba. Kuma mun yi hakan ta hanyar da ba ta dace ba, a cikin al'adu da yanayi, ko da lokacin da ba mu kashe komai ba don yin shiru. Wannan ya dame Lewis.
Idan da gaske duniya ba ta da sha'awa, wajibin ɗabi'a ya kamata ya zama zaɓi. Duk da haka ba haka ba. Nagarta da rashin adalci sun ɗanne lamiri da nauyi wanda ba za a iya bayyana shi a matsayin kawai yanayin tunani ko yanayin zamantakewa ba. Mutane ba sa jituwa game da cikakkun bayanai game da ɗabi'a, amma ba sa jaddada rashin jituwa da kanta. Madadin haka, suna jayayya kamar dai akwai mizani ɗaya - kuma kamar wasu ya kamata su gane shi.
Lewis ya fahimci wannan tashin hankali a ko'ina.
Muna ba da uzuri ga halayenmu ta hanyar roƙon adalci.
Muna kare kanmu ta hanyar bayyana niyya. Muna zargin wasu kamar adalci ne na gaske.
Ko da mun karya ƙa'idodinmu, ba ma musanta wanzuwarsu. Muna roƙonsu.

Wannan lura daga baya zai zama tushen **Kiristanci na asali** , amma tun kafin Lewis ya rubuta game da shi, ya yi ta fama da abubuwan da ke tattare da shi da kansa.

Daga ina wannan dokar ɗabi'a ta fito?

Idan kawai ta hanyar tunani ce, me yasa muka ji cewa ya dace mu gyara ta?

Idan kawai al'ada ce, me yasa muke yin hukunci kan al'adu - har da namu? Idan kawai fifiko ne, me yasa ya ɗaure mu ko da lokacin da ba mu da daɗi?

Lewis ya fara ganin cewa ɗabi'a ba ta yin aiki kamar ƙirƙira ta ɗan adam ba, sai dai kamar gano wani abu—wani abu da aka fuskanta maimakon ƙirƙira. Kuma idan hakan gaskiya ne, to gaskiya kanta tana iya zama ta ɗabi'a.

Wannan tunani ne mai ban tausayi.

Duniyar ɗabi'a tana nufin ɗaukar nauyi.

Hakkin mallaka yana nufin iko. Iko yana nufin Wani wanda ya wuce mu.

Lewis bai yi gaggawar yanke wannan shawara ba, amma bai iya yin watsi da inda dalili ke nuna ba. Ya fahimci cewa rashin yarda da Allah ya bayyana abubuwa da yawa cikin kyawawan halaye—amma ba lamiri ba. Yana iya bayyana hali, amma ba wajibi ba. Yana iya nazarin sha'awa, amma ba alhakin ba.

Dokar ɗabi'a ba ta yi masa daɗi ba.

Ba ta ba shi uzuri ba. Ta zarge shi.

Shi ya sa Lewis ya fahimci cewa ɗabi'a ba ta kwantar da hankali ba. Ba wai kawai tana gaya mana yadda za mu rayu da kyau ba ne; tana bayyana yadda muka gaza. Tana fallasa gibin da ke tsakanin abin da muka san ya kamata mu yi da kuma abin da muke yi a zahiri.

Masu karatu na zamani sun fahimci wannan tashin hankali nan take.

Muna magana da himma game da adalci, mutunci, da tausayi—amma muna ba wa kanmu uzuri idan waɗannan ƙa'idodi suka buƙaci sadaukarwa. Muna saurin gano laifi a cikin wasu, a hankali mu fahimci hakan a cikin kanmu. Muna rayuwa kamar gaskiyar ɗabi'a tana nan, amma muna ƙin miƙa wuya ga hakan gaba ɗaya.

Dokar ɗabi'a ta bayyana wani abu mai tayar da hankali: ba wai kawai muna kuskure ba ne. Mu ba mu da daidaito.

Lewis ya ga cewa wannan rashin daidaito ba shi da alaƙa da bangaskiya—abin da ya fi muhimmanci kenan. Kiristanci bai fara da gaya wa mutane yadda suke da kyau ba. Ya fara ne da gaya musu gaskiya: cewa wani abu ya ɓace, kuma ƙoƙarin kai kaɗai ba zai iya gyara shi ba.

Dokar ɗabi'a ba wai kawai jagora ce ta ɗabi'a ba, illa dai ganewar asali ne.

Ya gaya wa Lewis cewa ɗan adam ba wai kawai jahilai ba ne, amma an raba shi da mutane—ba wai kawai rashin ilimi ba ne, amma kuma ba daidai ba ne. Kuma idan wannan ganewar ta kasance daidai, to gyara ba zai isa ba. Za a buƙaci sauyi.

Wannan fahimta ta sa Lewis ya kusanci Kiristanci—amma ba cikin kwanciyar hankali ba. Dokar ɗabi'a ba ta nuna Allah kawai ba; tana nuna buƙatarsa. Ta ƙalubalanci 'yancin kansa. Ta danne masa wadatar kansa. Ta buƙaci amsa, ba yabo ba.

Duk da haka Lewis ya daɗe a nan, yana barin nauyin wannan gaskiyar ya matsa masa.

Kafin imani ya zama biyayya, dole ne a ɗauki lamiri da muhimmanci.

Ba a yi bayani ba.

Ba a yi nasara ba. Ba a yi shiru ba.

Dokar ɗabi'a ta ƙi ɓacewa domin ba namu ba ne mu yi watsi da ita.

WURAREN CUTARWA

Tambayoyi don Kulawa da Gaskiya

Kada ka amsa waɗannan da sauri.

Bari su bayyana alamu maimakon ƙarshe.

1. **Idan ka zargi wasu da aikata laifi, wane mizani kake kira zuwa gare shi?**
   Daga ina kake ganin wannan mizani ya fito?
2. **Ta yaya yawanci kake bayyana gazawar ɗabi'arka?**
   Ta hanyar niyya? Yanayi? Kwatanta?
3. **Akwai imani na ɗabi'a da kake tsammanin wasu za su girmama amma kana fama da yin biyayya ga kanka?**
   Ka zauna da gaskiya da wannan damuwa.
4. **Menene lamirinka yake yawan zarge ka da shi?**
   Menene hakan ke bayyana game da abin da kake daraja?
5. **Shin ka taɓa jin cewa ka san abin da ya dace—amma ka ƙi shi ko ta yaya?**
   Me wannan juriyar ta jawo maka?
6. **Idan wajibin ɗabi'a na gaske ne, me yake buƙata daga gare ku a yanzu?**
   Kada ku ɗauki mataki tukuna—ku dai lura.
7. **Me zai canza idan ba a yi sulhu tsakanin nagarta da mugunta ba, amma an ɗaure su?**
   Me zai buƙaci a sake tsara shi?

Jagorori Masu Sauƙi ga Mai Karatu

Dokar ɗabi'a ba ta wanzu don kunyata mu ba.
Tana wanzuwa ne don faɗin gaskiya.
Kafin a sami alheri,
dole ne a fuskanci gaskiya.

BABI NA SHIDA

Lokacin da Ba da Kai ya Ji Kamar An Sha Kaye

Me Yasa Mika Wuya Sau Da Yawa Yana Zuwa Karshe?

A lokacin da **CS Lewis** ya tsaya a bakin kofa, matsalar ta daina ta'azzara.
Hujjar ta yi tsauri.
Madadin ya yi tsauri. Dokar ɗabi'a ta yi tsauri sosai har ba za a yi watsi da ita ba.
Abin da ya rage ba batun gaskiya ba ne, amma batun **nufin Allah ne** .
Lewis ya gano cewa adawa ta ƙarshe ga Kiristanci ba rashin yarda ba ne—tsoro ne. Yin biyayya yana nufin rasa wani abu. Mika wuya yana nufin barin iko. Kiristanci, idan gaskiya ne, ba wai kawai ya nemi a yi la'akari da shi ba ne. Ya nemi a yi masa biyayya.
Kuma biyayya ta ji kamar an sha kashi.
Wannan shine lokacin da mutane da yawa ba sa yin suna.
Sau da yawa muna tunanin mika wuya a matsayin sauƙi, amma da farko ba kasafai ake jin haka ba. Yana jin kamar rasa - 'yancin kai, na marubuci, na 'yancin ayyana kanmu bisa ga sharuɗɗanmu. Lewis bai yi tsayayya da Allah ba saboda yana son duhu; ya yi tsayayya ne saboda yana son 'yancin kai.
Ya fahimci cewa imani kaɗai ba zai canza komai ba. Yin biyayya zai canza komai.
Fahimtar Allah abu ɗaya ne.
Mika wuya gare shi wani abu ne daban.

Lewis ya ji cewa Kiristanci bai zo ne kawai don ya ba shi shawara ba, amma don **ya karɓi iko** . Bai bayar da haɗin gwiwa ba; yana buƙatar biyayya. Kuma biyayya yana nufin cewa Lewis ba zai sake zama babban iko a rayuwarsa ba. Wannan fahimtar ta rage masa hankali.

Mutane da yawa masu karatu na zamani sun fahimci wannan shakka nan take. Za mu iya amincewa da gaskiyar Kirista, mu yarda da ƙa'idodin Kirista, har ma mu yaba wa Kristi—amma mu ƙi barin Shi ya ba mu iko a kan yanke shawara, sha'awa, lokaci, ko asali. Bangaskiya tana jin daɗin sarrafawa matuƙar ta ci gaba da zama mai ba da shawara.

Amma Kiristanci ba ya ci gaba da zama mai ba da shawara. Lewis ya bayyana tubarsa ba a matsayin lokacin farin ciki mai nasara ba, amma a matsayin miƙa wuya. Ya ji ana jan hankalinsa, ana ruguza shi, ana bin sa—ba tare da son ransa ba, amma fiye da ikonsa. Abin da ya ƙare ba hankali ba ne, amma juriya.

Yin watsi da gwamnati ya ji kamar an sha kashi domin hakan ya sa ya yarda cewa ba shi da ƙarfin gwiwa, ba shi da ikon mallakar ƙasa, ba kuma mai son kansa ba ne.

Duk da haka—wannan shan kaye daga baya zai bayyana kansa a matsayin 'yanci.

Amma ba tukuna ba.

A wannan matakin tafiyarsa, Lewis ya daɗe a gefen hanya. Ya san cewa da zarar ya ketare ta, tsaka-tsaki zai ɓace. Bai iya sake bin addinin Kirista daga nesa ba. Dole ne ya zauna a ciki. Wannan shakkar ta shafi ɗan adam sosai.

Ba mu jinkirta ba saboda ba mu da isasshen sani, amma saboda mun san abin da zai sa mu ji tsoro. Mika wuya yana fallasa mu. Yana fuskantar kanmu da aka kula da shi sosai. Yana buƙatar amincewa inda muka koyi karewa.

Juriyar Lewis ta tunatar da mu cewa mika wuya ba abu ne da ke da motsin rai ba—abu ne na rayuwa. Yana sake bayyana wanda ke da iko a rayuwarmu. Kuma ikon, da zarar an miƙa shi, ba za a iya dawo da shi ba tare da sakamako ba.

Wannan babi bai yi bikin mika wuya ba tukuna.
Yana faɗin gaskiya game da farashinsa.
Kafin imani ya zama biyayya, dole ne mu fuskanci abin da biyayya za ta buƙaci.
Sau da yawa yin amfani da 'yanci yana kama da shan kaye domin yana kawo ƙarshen mulkin kai.

WURAREN CUTARWA

Tambayoyi don Kulawa da Gaskiya

Kada ka amsa da ƙarfi.
Bari waɗannan tambayoyin su faɗi ainihin abin da ke faruwa.

1. **Me ya fi ɓata maka rai game da mika ragamar rayuwarka ga Allah?**
   Ka yi takamaimai.
2. **A ina kake son Kiristanci ya ba da shawara maimakon ya ba da umarni?**
   Waɗanne fannoni na rayuwa ne kake jin ba a iya yin su ba?
3. **Shin ka taɓa jinkirta biyayya ba don kana shakkar gaskiya ba, amma saboda yarda da kai ya ji kamar asara?**
   Me kake karewa?
4. **Wane iko kake ƙin yarda da hakan a yanzu—a tsawon lokaci, yanke shawara, dangantaka, ko kuma asalin mutum?**
   Ka zauna da wannan juriyar.
5. **Shin kana danganta mika wuya da shan kaye fiye da 'yanci?**
   Me yasa kake ganin hakan ne?

6. **Idan ba a daina yin tsaka-tsaki ba, me zai fara canzawa a rayuwarka?**
   Kada ka yi aiki—ka lura kawai.
7. **Wace irin sigar kanka ce za ta iya mutuwa kafin a fara biyayya?**
   Bari wannan tambayar ta kasance a buɗe.

Jagorori Masu Sauƙi ga Mai Karatu
Mika wuya ba abu ne mai ban mamaki ba.
Sau da yawa yana da shiru, ba ya son yin komai, kuma yana da tsada.
Amma ba ya taɓa zama mara ma'ana.

GABATARWA GA KASHI NA BIYU

ME YA SA KIRISTOCI KADAI YAKE DA MUHIMMANCI?

Gaskiyar da Ta Ki Ci Gaba da Zama a Ka'ida

A wani lokaci, tunani yana ba da damar yin lissafi.
Kashi na biyu na wannan littafin ya fara ne daga inda tsaka tsaki ya ƙare.
Kiristanci kawai don ya haifar da yarjejeniya mara ma'ana ko kuma sha'awar ilimi ba. An rubuta shi ne don fuskantar wata matsala ta musamman: duniyar da ke jin nauyin ɗabi'a amma

ta ƙi ikon ɗabi'a; mutanen da ke magana game da abin da ke daidai da abin da ba daidai ba amma suna rayuwa kamar ana yin sulhu a kan gaskiya; masu bi waɗanda suka yarda da Kiristanci ba tare da barin ta canza su ba.
CS Lewis ya rubuta *Kiristanci ne kawai* bayan gaskiya ta riga ta ruɗe shi. Abin da ya rage ba bayani ba ne, amma biyayya ce.
Littafin bai tambaya ko Kiristanci yana da ban sha'awa ba.
Yana tambaya ko **gaskiya ne** - kuma idan gaskiya ne, me zai biyo baya.
Wannan sashe ya juya zuwa ga wannan tambayar da gangan.
Babi na gaba ba su taƙaita *Kiristanci kawai ba* . Sun bi diddigin **wuraren matsin lamba** - wuraren da imani ke zama abin damuwa, inda ake fallasa girman kai, inda ake ƙalubalantar mulkin kai, da kuma inda canji ya zama abin da ba makawa.
Lewis bai rage waɗannan lokutan ba.
Wannan littafin ma ba zai rage ba.
A nan, Kiristanci ya daina zama abin da za a kimanta kuma ya fara buƙatar amsa. Dokar ɗabi'a ba ta da wani abu da za a iya fahimta. Girman kai ba na nazari ba ne. Imani ba ya zama na sirri. Ba a kuma yaba wa Almasihu kawai ba.
Kashi na Biyu yana shirya maka hanya mai zuwa ta hanyar fayyace abin da ke cikin hatsari.
Idan Kiristanci gaskiya ne, ba ya zuwa don inganta halayenmu.
Ya zo ne don gyara kanmu .
An yi nufin surori a cikin wannan sashe su rage tazara tsakanin sani da aikatawa—tsakanin fahimta da rayuwa. Suna shirya ƙasa don tafiya ta kwana 40 wadda ba za ta buƙaci ka yi tunani game da bangaskiya kawai ba, amma ka yi aiki da ita.
Kiristanci kawai yana da muhimmanci domin matsalar da yake magancewa ba ta canza ba.
Imani abu ne da aka saba yi.
Biyayya ba kasafai take faruwa ba.
Wannan sashe yana nan ne domin a yi watsi da wannan bambancin.

A wani lokaci, tunani yana ba da damar yin lissafi.
Tambayoyin da aka yi a babi na baya ba za su iya ci gaba da kasancewa a ka'ida ba. An ambaci rashin suna. An farkar da sha'awa. An binciki shakku. Lamiri ya yi magana. An fallasa juriya.
Abin da ya rage ba son sani ba ne, amma shawara ce.
Surorin da ke biye sun juya kai tsaye zuwa ga *Kiristanci na Kawai* - ba a matsayin littafi da za a taƙaita ba, amma a matsayin gaskiya da ke buƙatar amsa. A nan, ba a sake lura da imani daga nesa ba. Ana fuskantar ta. An gwada ta. Kuma ana buƙatar ta motsa daga yarjejeniya zuwa biyayya.
Nan ne tsaka-tsaki ya fara ɓacewa.

BABI NA BAKWAI

Ba Littafi ba ne, amma Hisabi

Dalilin da Ya Sa Gaskiya Ta Ki Ci Gaba Da Zama A Ka'idar Aiki

Lokacin da **CS Lewis** ya koma ga Kiristanci, bai yi hakan a matsayin mutum mai neman ta'aziyya ba. Ya yi hakan ne a matsayin mutum da gaskiya ta rutsa da shi.
Kiristanci kawai don a jawo jayayya ko a nuna yabo ba. An rubuta shi ne saboda Lewis ya gano cewa imani, wanda a da yake gaskiya ne, ba zai iya zama tsaka tsaki ba. Littafin yana wanzuwa ne saboda tambayoyin da Lewis ya yi wa kansa ba za su bar shi shi kaɗai ba—kuma saboda ya fahimci cewa waɗannan tambayoyin sun daɗe suna da ƙarfi ga wasu.
A cikin zuciyarsa, *Kiristanci na Kiristi* yana magance wata matsala da ta zama kamar ta zamani: mutanen da ke jin nauyin ɗabi'a, suna magana game da abin da ke daidai da abin da ba daidai ba, suna yaba wa Kristi, amma duk da haka suna adawa da ikon da imani ke nufi. Lewis ya ga cewa mutane da yawa suna son karɓar ra'ayoyin Krista matuƙar waɗannan ra'ayoyin ba su sake tsara rayuwa ba.
Wannan yanayin ya dame shi.
Lewis ya fahimci cewa Kiristanci ba ya bayar da kansa a matsayin zaɓi ɗaya daga cikin falsafar da yawa. Yana gabatar da kansa a matsayin da'awa game da gaskiya—wadda, idan gaskiya ne, ke buƙatar amsa. Imani da ya yi tsayayya da shi kuma a ƙarshe ya rungumi bai zo don inganta fifiko ba; ya zo ne don fuskantar kai.
Shi ya sa *Kiristanci na asali* ya bambanta da sauran littattafan Kirista. Ba ya burge mai karatu. Ba ya gayyatar yarjejeniya ba

tare da wani sakamako ba. Yana tafiya a hankali, kusan ba tare da jinkiri ba, daga ganewa zuwa ma'ana.

Lewis ya fara inda juriya ta fi wahalar kiyayewa: tare da gogewar ɗan adam ta ɗabi'a iri ɗaya. Daga nan, ya ci gaba - ba don kunya ba, amma don fayyace. Idan muka san abin da ya kamata mu yi kuma muka kasa yin sa, wani abu ba daidai ba ne. Kuma idan wani abu ba daidai ba ne a matakin kai, to ci gaba kaɗai ba zai isa ba.

Kiristanci, Lewis ya dage cewa ba wai yana nufin zama mutane masu ɗan kyau ba ne. Yana nufin zama mutane daban-daban.

Wannan dagewa shine ainihin dalilin da yasa *Kiristanci* har yanzu yake damun masu karatu shekaru da yawa bayan haka. Bai bar wani sarari ba don raba su. Imani ba zai iya zama sirri ba. Imani ba zai iya zama ado ba. Kristi ba zai iya zama mai ba da shawara ba.

Ikon littafin ba ya dogara ne da sarkakiyar da ke cikinsa ba, amma a cikin rashin makawa. Lewis bai yi gaggawa ba. Ya yi tunani cikin haƙuri. Ya bar ƙin yarda ya bayyana. Duk da haka, mataki-mataki, ya kawar da mafakar tsaka-tsaki. Lokacin da mai karatu ya isa ga babban da'awar Kiristanci, tambayar ita ce ba shi da *ban sha'awa?* Amma *Shin wannan gaskiya ne—kuma idan haka ne, me zai biyo baya?*

Shi ya sa ba za a iya ɗaukar *Kiristanci* a matsayin rubutu kawai da za a yi nazari a kai ba.

Hisabi ne.

Lewis ya san wannan domin da farko ya zama abin da ya fi muhimmanci a gare shi. Bai rubuta daga wani wuri na fifiko ba, sai daga gogewa. Gaskiyar da yake gabatarwa ita ce gaskiyar da ta wargaza 'yancin kansa, ta fuskanci girman kansa, kuma ta buƙaci biyayyarsa.

Don haka Kashi na Biyu na wannan littafin ya juya zuwa ga wannan rikicin da gangan.

Babi na gaba ba su taƙaita *Kiristanci kawai* ba. Sun bi diddigin matsin lambar da yake fuskanta—yadda yake fallasa girman

kai, sake fasalta 'yanci, ƙalubalantar mulkin kai, da kuma buƙatar sauyi wanda yake da tsada kuma dole.
Idan Kashi na Ɗaya ya nuna yadda rai yake shirye,
Kashi na Biyu ya tambaya abin da ya kamata a yi yanzu.
Nan ne imani ya fara rasa rashin laifi.
Kuma biyayya ta fara bayyana.

WURAREN CUTARWA

Tambayoyi don Kulawa da Gaskiya

Kada ku yi gaggawar waɗannan tambayoyin.
Bari su fayyace abin da ke cikin hafari.

1. **Me kake tsammani littattafan Kirista za su ba ka—ta'aziyya, haske, wahayi, ko canji?**
   Wanne daga cikin waɗannan kake ƙin yarda da shi a hankali?
2. **Shin ka taɓa amincewa da gaskiyar Kirista yayin da kake ƙin yarda da tasirinta ga rayuwarka?**
   Ina wannan tashin hankali ya bayyana?
3. **Ta waɗanne hanyoyi ne ka bar imani ya kasance sirri ko kuma ya rabu?**
   Waɗanne fannoni na rayuwa ne imani bai taɓa su ba?
4. **Me kake fatan Kiristanci *ba zai* buƙata daga gare ka ba?**
   Ka zauna da gaskiya da wannan begen.
5. **Shin kana ganin kanka ya fi sauƙin tattauna bangaskiya fiye da yin biyayya?**
   Me ya sa kake ganin hakan ne?
6. **Idan Kiristanci gaskiya ne, wane ɓangare na rayuwarka ne ba zai iya ci gaba da kasancewa tsaka-tsaki ba?**
   Kada ka yi aiki—ka lura kawai.

7. **Me zai sa imani ya zama mai tsada maimakon ya zama mai sauƙi?**
   Bari wannan tambayar ta daɗe.

Jagorori Masu Sauƙi ga Mai Karatu

Gaskiya ba ta neman a yaba mata ba.
Tana neman a yi mata biyayya.
Wannan babi bai buƙatar amsa ba tukuna.
Ya fayyace dalilin da ya sa martani zai zama abin da ba makawa a ƙarshe.

BABI NA TAKWAS

Matsalar Ba Halayya Ba Ce, Amma Kai Ne

Dalilin da Ya Sa Kiristanci Ba Ya Fara Da Ingantawa

Ɗaya daga cikin abubuwan da suka fi tayar da hankali a cikin *Kiristi na Musamman* **shine** wannan:
babbar matsalar da Kiristanci ke magancewa ba shine abin da muke *yi ba* , amma wanene ke da alhakin ko wanene *mu* .
Mutane da yawa suna ɗauka cewa addini yana wanzuwa ne don ya sa mu zama masu kyawawan halaye. Mai tausayi. Mai ladabi. Mai mutunci. Lewis ya wargaza wannan zato a hankali da kuma ba tare da wata shakka ba. Kiristanci, a cewarsa, ba wai yana nufin taimaka wa miyagun mutane su yi kyau ba ne. Yana nufin canza mutanen da ba su da daidaito a tsakaninsu. Ba halin da ake ciki a saman bene ba ne,
mulkin kai ne .
Lewis ya lura cewa mutane da yawa suna son yin gyare-gyare na ɗabi'a matuƙar sun ci gaba da iko. Za mu canza halaye, mu rungumi ɗabi'u, har ma mu yi sadaukarwa—muddin kai ya ci gaba da zama mai iko. Duk da haka, Kiristanci ba ya yin shawarwari da kai. Yana fuskantar hakan.
Wannan shine dalilin da ya sa Kiristanci ya fi ƙarfin tunanin zamani.
Mun fi son ci gaba fiye da mika wuya. Muna son dabaru, ba sauyi ba. Muna tambayar nawa Allah yake buƙata, ba wanda Allah dole ya zama a gare mu ba. Lewis ya ga cewa wannan yanayin bai fahimci yanayin bangaskiyar gaba ɗaya ba.

Kiristanci ba ya zuwa don ya sa mu zama mutane masu kyau ba.
Ya zo ne don ya sa mu zama **sabbin mutane** .
Lewis ya yi amfani da hoton gidan da ake gyarawa—ba a gyara shi ba, amma an sake gina shi. Ba wai kawai ana gyara ganuwar ba ne; an sake tsara ɗakuna. An ƙara fikafikai marasa tsammani. Ana motsa tallafi masu ɗauke da kaya. Tsarin yana kawo cikas saboda Mai Zane ba ya sha'awar canza kayan kwalliya.
Nan ne mutane da yawa suka ƙi amincewa.
Sau da yawa muna son barin Allah ya gyara wasu halaye yayin da muke kare ainihin kai daga tsangwama. Muna yarda da koyarwa, amma muna adawa da iko. Muna karɓar jagorancin ɗabi'a, amma ba mallakar ɗabi'a ba. Lewis ya fahimci cewa wannan ba Kiristanci ba ne—gyara kai ne da harshen addini. Da'awar Kirista ta ci gaba da cewa: kai da ke nacewa kan iko shi ne abin da dole ne a mika wuya. Lewis ya yi jayayya cewa girman kai ba zunubi ɗaya ba ne kawai a tsakanin wasu. Shi ne yanayin da ke sa sauran su rayu. Muddin kai ya ci gaba da mulki, sauyi zai kasance ba na ɓangare ba.
Wannan abin takaici ne ƙwarai.
Yana nufin cewa Kiristanci ba ya barin kai a cike yake . Ba wai kawai yana ba da shawara ga girman kai ba ne; yana kawar da shi. Kristi bai zo don ya taimake mu mu gudanar da rayuwarmu da kyau ba. Ya zo ne don ya **karɓi ragamar tafiyarsu** .
Lewis ya san wannan da kansa. Ba wai kawai juriyarsa ga imani ba ce ta ilimi - rayuwa ce kawai. Zama Kirista yana nufin barin marubucin. Yana nufin yarda cewa kai bai cancanci ya mallaki kansa ba.
Nan ne imani ke tsayawa cak.
Mun yarda da gaskiyar Kirista yayin da muke gyara iyawarta a hankali. Muna karɓar gafara amma muna ƙin tsari. Muna son alheri ba tare da shugabanci ba. Lewis ya ƙi wannan rarrabuwar. Kiristanci, ya nace, ko dai ya ɗauki dukkan kansa - ko kuma ba ya ɗaukar komai.

Shi ya sa *Kiristanci* ba ya aiki a matsayin ƙarfafawa mai laushi.
Yana matsawa zuwa ga ƙarshe da mai karatu ba zai iya gujewa ba: idan Almasihu Ubangiji ne, to dole ne kai ya sauka.
Ba a inganta ba.
Ba a ba da shawara ba.

An maye gurbinsa a matsayin mai mulki.
Wannan babi bai gaya maka yadda za ka yi hakan ba tukuna.
Ya gaya maka dalilin da ya sa mika wuya ba zai yi aiki ba.
Sauyi ba ya farawa da kyakkyawan hali.
Yana farawa da canjin wanda ke kan mulki.

WURAREN CUTARWA

Tambayoyi don Kulawa da Gaskiya

Kada ka amsa da ƙarfi.
Bari waɗannan tambayoyin su nuna yanayin jiki, ba aikin da kake yi ba.

1. **Ina ka fi mai da hankali kan inganta ɗabi'a maimakon barin ikon mallakar abubuwa ya yi yawa?**
   Me ya fi dacewa a canza?
2. **A waɗanne fannoni na rayuwa kake gayyatar Allah ya shiryar da kai amma kana ƙin ikonsa?**
   Ka yi takamaimai.
3. **Yaya kake mayar da martani ga ra'ayin cewa Kiristanci yana nufin maye gurbin mulkin kai maimakon inganta shi?**
   Waɗanne motsin rai ne ke bayyana?
4. **Wane ɓangare na asalinka ne ya fi fuskantar barazana daga ra'ayin mika wuya?**
   Me ya sa kake ganin hakan ne?

5. **Shin kana auna ci gaban ruhaniya ta hanyar ƙoƙari ko kuma ta hanyar daidaitawa?**
   Me hakan ke bayyana game da yanayin jikinka?
6. **Ina girman kai zai iya zama yana ɓoye kansa a matsayin 'yancin kai ko balaga?**
   Ku zauna da gaskiya da wannan damar.
7. **Idan Kristi ne cikakken mai iko, me zai ci gaba da zama abin tattaunawa?**
   Kada ka yi aiki—ka lura kawai.

Jagorori Masu Sauƙi ga Mai Karatu

Kiristanci ba ya neman hadin kai.
Yana neman miƙa wuya.
Ba wai don Allah ne ke iko ba,
amma saboda rashin tsari ba zai iya warkar da rabuwar kai ba.

BABI NA TARA

Mafarkin Kasancewa "Mai Kyau"

Me Yasa Kwatantawa Take Hana Alheri A Hankali

Ɗaya daga cikin shingayen da suka fi shiru ga sauyi, **CS Lewis** ya lura, ba tawaye ba ne—amma kwatantawa ne.

A cikin *Kiristanci na Kawai* , Lewis ya dawo akai-akai ga wata gaskiya mai sauƙi amma mai tayar da hankali: ɗabi'a da aka auna ta hanyar kwatantawa na iya zama mai kwantar da hankali yayin da muke ci gaba da ɓatar da mutane. Muddin muka bayyana nagarta dangane da wasu, za mu iya kasancewa cikin kwanciyar hankali ba tare da an sake mu ba.

Kwatantawa yana rage shakku.

Muna tabbatar wa kanmu cewa ba mu da gaskiya, ba mu da zalunci, ba mu da son kai kamar wani. Muna ganin adalci a kan ma'auni mai zamewa maimakon na gaskiya. Kuma saboda wani zai kasance yana bayyana ya fi mu muni koyaushe, gaggawar ɗabi'a tana shuɗewa.

Lewis ya fahimci yadda wannan yanayin yake da sauƙin shiga cikin rayuwar addini.

Mutanen da ba za su taɓa da'awar kamala ba suna dogara ne da kusanci. Suna yanke hukunci a kansu da takwarorinsu, al'adu, ko kuma matsananci maimakon a kan gaskiya. Sakamakon haka shine lamiri mai jurewa—wanda ke jin ɗabi'a ba tare da an mika wuya ba.

Kiristanci ya katse wannan jin daɗin.

Lewis ya dage cewa Kiristanci ba ya tambaya ko mun fi wasu kyau, amma ko muna da alaƙa da Allah. Ma'aunin ba shine ci gaba mai kyau ba; tsarki ne. Kuma tsarki ba ya ba da damar kwatantawa ya maye gurbin canji.

Wannan abin yana da ban haushi ƙwarai.

Kwatantawa yana ba mu damar ci gaba da zama alkali. Alheri ya cire wannan matsayin gaba ɗaya. Lokacin da kwatancen ya yi mulki, muna riƙe da iko kan kimantawa. Lokacin da alheri ya yi mulki, za a fallasa mu—ba a kan wasu ba, amma a kan gaskiya kanta.

Lewis ya fahimci cewa wannan fallasar ba ta dace ba.

Me yasa wani mutum mai daraja a waje zai dogara ga alheri kamar wanda aka nuna yana da rauni? Me yasa za a ɗauki girman kai na shiru da muhimmanci kamar mugunta a bayyane? Amsar, Lewis ya yi jayayya, ita ce matsalar da Kiristanci ke magancewa ba shine *matakin* aikata laifi ba, amma *yanayin* kai.

Alheri mai dangantaka yana rufe cikakken buƙata.

Mafarkin cewa mutum "ya isa" yana jinkirta mika wuya daidai saboda yana jin kamar yana da ma'ana. Muna yarda da ajizanci ba tare da jin gaggawa ba. Muna karɓar gafara ba tare da canji ba. Muna magana game da alheri yayin da muke kare kimanta kanmu.

Lewis ya wargaza wannan ruɗani cikin haƙuri. Bai musanta bambance-bambancen ɗabi'a tsakanin mutane ba, amma ya ƙi yarda waɗannan bambance-bambancen su yi aiki a matsayin mafaka. Da'awar Kirista ba wai cewa dukkan zunubai suna kama da ɗaya ba ne, amma cewa duk mulkin kai yana adawa da Allah.

Kwatantawa yana kiyaye kai cikin koshin lafiya .

A akasin haka, Grace ba ta barin wani wuri na taya kai murna ba. Ba ya faranta wa ci gaba rai; yana gayyatar dogaro. Kuma dogaro yana da wuya ga waɗanda suka koyi auna kansu da kyau.

Wannan shine dalilin da ya sa *Kiristanci na asali* yake jin kamar yana da ƙarfi maimakon ƙarfafawa a wasu lokutan. Bai bar masu karatu su huta cikin girmamawa ba. Yana matsawa zuwa ga ƙarshe mara daɗi: matuƙar muka tambayi *"Shin na fi wasu?"* maimakon *"Shin na mika wuya ga Allah?"* , canji zai ci gaba da kasancewa ba tare da son kai ba.

Lewis ba yana ƙoƙarin hana ƙoƙarin ɗabi'a ba ne. Yana ƙoƙarin kawar da kwarin gwiwa na ƙarya. Kiristanci ba ya rage kowa da kowa ƙasa; yana ƙara wa kowa a ciki—zuwa ga gaskiya, tawali'u, da buƙata.
Ra'ayin cewa "ya isa" yana ɓacewa ne kawai lokacin da kwatancen ya rasa ikonsa.
Wannan babi bai yi Allah wadai da ƙoƙarin ɗabi'a ba.
Yana bayyana jin dadin ɗabi'a.
Kuma yana tambaya ko an karɓi alheri a matsayin ceto—ko kuma kawai a matsayin tabbatarwa.

WURAREN CUTARWA

Tambayoyi don Kulawa da Gaskiya

Bari waɗannan tambayoyin su warware a hankali.
An yi su ne don fayyace yanayin jiki, ba aikin da mutum yake yi ba.

1. **Wa kake kwatanta kanka da shi a zahiri yayin da kake kimanta rayuwar ruhaniyarka?**
   Me yasa waɗannan mutanen?
2. **Ta yaya kwatancen yake tsara yadda kake buƙatar alheri?**
   Shin yana ƙara gaggawa—ko kuma yana rage ta?
3. **A ina ka karɓi gafara ba tare da barin ta ta ƙalubalantar kimanta kanka ba?**
   Zauna da wannan tashin hankalin.
4. **Shin kana samun kwanciyar hankali idan ka "ba haka ba"?**
   Menene wannan ta'aziyyar ke karewa?
5. **Yaya kake mayar da martani ga ra'ayin cewa ɗabi'a da aka auna ta hanyar kwatantawa na iya tsayayya da canji?**
   Waɗanne motsin rai ne ke bayyana?

6. **Ina ne nagarta za ta iya zama jinkirin zurfafa mika wuya?**
   Ka fadi takamaiman bayani.
7. **Idan an cire kwatancen, me alheri zai bukaci ya yi magana kai tsaye a cikinka?**
   Kada ka amsa—ka dai lura.

Jagorori Masu Sauki ga Mai Karatu
Alheri ba ya zuwa don ya kwantar da hankalin kansa.
Yana zuwa ne don ya cece shi.
Kwatantawa yana sa mu ji dadi.
Alheri yana sa mu zama masu gaskiya.

BABI NA GOMA

Kidaya Kudin Sabon Kai

Dalilin da yasa Sauyi ke buƙatar Asara Kafin Ya Bada Rai

A lokacin da **CS Lewis** ya zurfafa cikin ma'anar Kiristanci, wata gaskiya ta zama abin da ba makawa: canji ba ƙari ba ne - yana da ragi kafin ya zama mai gyara.
Kiristanci ba wai kawai yana ba mu wani sabon abu ba ne, yana roƙonmu mu bar wani tsohon abu.
A cikin *Kiristanci na Kawai* , Lewis ba shi da wata shakka: zama Kirista ba batun gyara halin da ake ciki ba ne. Yana game da barin tsohon kai—wanda aka tsara a kusa da 'yancin kai, iko, da kuma kare kai—ya rasa ikonsa.
Nan ne mutane da yawa ke shakka.
Sau da yawa muna sha'awar alkawuran bangaskiya—zaman lafiya, manufa, gafara, sabuntawa—ba tare da la'akari da cikakken farashi ba. Muna son canji ba tare da ƙaura ba. Muna fatan Kristi zai ƙarfafa kai maimakon maye gurbin mulkinsa. Lewis ya nace cewa wannan ba zai yiwu ba.
Kai ba zai iya ci gaba da zama mai iko ba kuma a warkar da shi a lokaci guda.
Wannan ba wai saboda Allah yana buƙata ba ne, amma saboda ikon da aka raba ba zai iya samar da cikakken abu ba. Rayuwar da Almasihu ke jagoranta wani ɓangare kuma wani ɓangare ta mulkin kai ta kasance cikin rikici. Sauyi yana buƙatar hadin kai, kuma hadin kai yana buƙatar cibiya ɗaya. Lewis ya fahimci yadda wannan ke da ban tsoro .
A ka'ida, zama "sabo" yana kama da abin sha'awa, amma a aikace yana nufin rasa asalin da muka sani. Tsarin iko. Labarai

masu kyau game da ko mu wanene da kuma dalilin da yasa muke yin abubuwa kamar yadda muke yi. Tsohon kai yana iya zama da lahani, amma an san shi. Sabon kai yana buƙatar amincewa.
Wannan shine dalilin da ya sa mika wuya ke da tsada.
Kiristanci ba ya yin sulhu da girman kai. Bai yi alƙawarin kiyaye irin yanayin da muke so ba. Lewis ya shahara da cewa Almasihu ba ya zuwa don inganta tsohon yanayi; yana zuwa ne don ya kashe shi ya ba mu sabuwa.
Wannan harshe yana damun masu karatu na zamani waɗanda suka saba da tabbatar da kansu. An koya mana mu kare asali ko ta halin kaka. Lewis ya ƙalubalanci wannan zato. Ya nuna cewa kai da muke karewa da ƙarfi sau da yawa shine kai da ke hana mu 'yanci.
Asara, to, ba wai kawai canji ba ne.
Yana da mahimmanci.
Kuɗin ba wai kawai ɗabi'a ba ne. Yana nufin wanzuwa. Ya ƙunshi barin haƙƙin ayyana nagarta da mugunta ga kanmu, haƙƙin tantance alkiblar rayuwarmu, haƙƙin kasancewa ba tare da wani canji ba yayin da muke jin cewa akwai hujja.
Lewis bai rage wannan farashi ba. Ya ambaci hakan a sarari.
Kiristanci zai tsoma baki. Zai wargaza. Zai wargaza gine-ginen da aka saba da su kafin a sake gina duk wani abu mai ɗorewa.
Duk da haka Lewis ya dage cewa abin da aka rasa ba shine abin da aka nufa mu riƙe ba.
Tsohon kai yana alƙawarin iko amma yana haifar da damuwa.
Yana alƙawarin cin gashin kansa amma yana haifar da rarrabuwa. Yana alƙawarin aminci amma ba zai iya warkewa ba.
Abin da Kiristanci ke bayarwa a madadinsa ba shi ne jin daɗi ba, amma rayuwa ce.
Ba nuna kai ba, amma son kai da aka tsara daidai.
Ba rayuwa ba, amma canji.
Wannan babi ba ya gaggawar musayar ra'ayi.
Kawai yana fayyace sharuɗɗan.

Kafin sabon mutum ya bayyana, tsohon mutum dole ne ya saki maƙaminsa.
Kuma wannan saki zai ji kamar asara kafin ya ji kamar 'yanci.

WURAREN CUTARWA

Tambayoyi don Kulawa da Gaskiya

Bari waɗannan tambayoyin su fito a hankali.
An yi su ne don a ambaci farashi, ba don a warware shi ba.

1. **Me kake jin tsoron za ka rasa idan Almasihu ya sake tsara rayuwarka gaba ɗaya?**
   Ka faɗi gaskiya.
2. **Wadanne fannoni na asalinka ne suka fi dacewa da iko ko kuma bayyana kanka?**
   Me ya sa waɗannan suke da mahimmanci?
3. **Shin ka taɓa son canji yayin da kake ƙin wargaza wani abu?**
   Me wannan juriyar ta kiyaye?
4. **Yaya kake mayar da martani ga ra'ayin cewa canji yana buƙatar tsohon kai ya sauka daga mulki?**
   Waɗanne motsin rai ne suka fara bayyana?
5. **Ina kake son Kristi ya inganta maimakon maye gurbin salon rayuwarka?**
   Ka yi takamaimai.
6. **Me ya fi aminci—ka kasance da saba ko kuma ka zama cikakke?**
   Zauna da wannan damuwa.
7. **Idan asara wani ɓangare ne na hanyar rayuwa, me zai iya buƙatar a sake shi nan gaba?**
   Kada a yi aiki—sai a lura.

Jagorori Masu Saufki ga Mai Karatu
Sauyi ba shi da wahala.
Amma yana da manufa.
Abin da aka mifka ba a lalata shi ba—
ana canja shi ne don samar da sarari ga rayuwa.

BABI NA GOMA SHA ƊAYA

Hadarin Barin Kristi Ya Sake Shirya Komai

Dalilin da Ya Sa Dole A Yi Dogara Kafin Canji

A lokacin da **CS Lewis** ya fuskanci cikakken ma'anar Kiristanci, batun ba shine ko akwai buƙatar sauyi ba. Matsalar ita ce **ko za a iya amincewa da Kristi da ita** .
A cikin *Kiristanci na Kawai* , Lewis ya yi iƙirarin da ke jin daidai kuma mai ban tsoro: idan Almasihu Ubangiji ne, to babu wani ɓangare na rayuwa da zai taɓa shi. Kiristanci ba ya sake tsara ɗaki ɗaya a lokaci guda a lokacin da ya dace da mu. Yana ɗaukar dukkan gidan.
Nan ne aminci ya zama abin da zai yanke hukunci.
Lewis ya fahimci cewa miƙa wuya ba wai kawai game da asara ba ne—yana game da **amincewa da wanda aka ba shi iko ne** . Ba mu ƙi sake tsara tsari ba saboda muna son rikici, amma saboda muna tsoron ɓata wuri. Muna damuwa cewa idan Kristi ya ɗauki iko, wani abu mai mahimmanci zai ɓace, ya rufe shi, ko ya ragu.
Don haka muna shakka.
Muna tambaya ko biyayya za ta goge hali, ta danne sha'awa, ko kuma ta daidaita farin ciki. Muna jin tsoron zama kamar ba mu da wani abu. Lewis ya fuskanci wannan tsoro kai tsaye. Ya dage cewa Kristi ba ya zuwa ya lalata mutum ɗaya, amma don ya cece shi. Kai da muke karewa da ƙarfi, ya yi jayayya, sau da yawa shi ne wanda ba shi da ikon zama cikakke.
Wannan yana buƙatar sauyi mai ƙarfi a cikin tunanin.
Dogara ga Almasihu yana nufin gaskatawa cewa sake tsara tsarinsa ya fi hikima fiye da tsarinmu. Yana nufin barin Shi ya

taɓa dalilai, buri, dangantaka, halaye, da kuma asalin da muka tsara a hankali. Yana nufin yarda cewa kai bai mallaki kansa kamar yadda yake fata ba.

Wannan yana da matuƙar rauni.

Lewis ya san cewa buƙatar Kiristanci na amincewa yana da rashin dacewa daidai saboda cikakken aminci ne. Amincewa ta ɗan lokaci tana da aminci. Biyayya mai tsari tana da sauƙin sarrafawa. Amma Kiristanci ba ya bayar da canji mai sarrafawa. Yana ba da maidowa ta hanyar miƙa wuya.

Nan ne mutane da yawa suka tsaya cak.

Ba wai muna jinkirtawa ba ne saboda muna shakkar nagartar Almasihu a ka'ida, amma saboda ba mu da tabbas za mu gane kanmu bayan biyayya. Muna jin tsoron cewa yarda da kai zai sa mu ƙanƙanta, mu yi shiru, ko kuma mu rage rayuwa.

Lewis ya dage cewa akasin haka ne.

Abin da ke da sarkakiya a zuciyar Kiristanci shi ne cewa kai ba ya ɓacewa ta hanyar miƙa wuya—ana samunsa. Son da ya sauka baya ɓacewa; ana warkar da shi. Ba a goge asalin da ya fito ba; ana fayyace shi.

Amma ba za a iya tabbatar da hakan a gaba ba.

Amincewa koyaushe tana gaba da gogewa.

Lewis ya fahimci cewa babu wata hujja da za ta iya kawar da wannan haɗarin. Kiristanci ba ya bayar da garantin da za a iya bincikawa a gaba. Yana neman amincewa da ta samo asali daga gaskiya maimakon tabbaci da ya samo asali daga iko.

Wannan shine matakin ƙarshe kafin a aiwatar da shi.

Ba wai ko Kiristanci yana da ma'ana ba.

Ba ko ana buƙatar canji ba. Amma ko Kristi amintacce ne don ya jagoranci.

Wannan babi bai buƙaci wannan amana ba tukuna.

Yana tambaya ko ƙin amincewa ya zama shinge na ƙarshe.

WURAREN CUTARWA

Tambayoyi don Kulawa da Gaskiya

Bari waɗannan tambayoyin su bayyana a hankali.
An yi su ne don fayyace aminci, ba don tilasta yanke shawara ba.

1. **Me kake jin tsoron cewa Kristi zai sake tsarawa idan ka yarda da duk wani abu da ya faru?**
   Ka faɗi gaskiya.
2. **Ina kake amincewa da Kristi da gaskiya amma ba tare da iko ba?**
   Waɗanne wurare ne suka ci gaba da tsaro?
3. **Ta yaya kake tunanin biyayya za ta shafi asalinka?**
   Karami? Tsaro? Ragewa? An canza?
4. **Wadanne abubuwan da suka faru ne suka koya maka danganta iko da aminci?**
   Ta yaya waɗannan abubuwan za su iya siffanta juriyarka?
5. **Kana yarda cewa Kristi yana son cikakken nufinka—ko kuma kawai bin ƙa'idodinka?**
   Me ya sa wannan bambancin yake da muhimmanci a gare ka?
6. **Ina rashin yarda zai iya zama ɓoye a matsayin taka tsantsan ko hikima?**
   Ku zauna da wannan yiwuwar.
7. **Idan da gaske Kristi ya san ka fiye da yadda ka san kanka, me zai iya sa a sake tsara tsari?**
   Kada ka amsa—ka dai lura.

Jagorori Masu Sauƙi ga Mai Karatu

Ba za a iya gwada amincewa daga nesa ba.
Dole ne a yi amfani da ita.

Kiristanci ba ya neman bangaskiya ta makafi - amma yana neman amincewa da kansa.

BABI NA SHA BIYU

RAYUWA TA DUKKAN DUKA TA KARANTA

Augustine **Daga Imani Mai Ra'ayin Ra'ayi Zuwa Biyayya Mai Son Rai**

Lokacin da Shiri Ya Maye Gurbin Juriya

A ƙarshen dogon juriyar da **CS Lewis** ya yi wa Kiristanci, gwagwarmayar ta ragu zuwa matsayi ɗaya tilo.

Tambayar ba ta sake kasancewa ko Kiristanci gaskiya ne ba. Ko Lewis yana son ya rayu kamar yadda yake.

Wannan shine lokacin da imani, bayan ya gama aikin shiryawa, ya koma ga biyayya. Ba biyayya mai ban mamaki ba. Ba biyayya mai jarumtaka ba. Amma biyayya *mai son rai* — yarda da yardar rai ta sauka daga mulki ta bar Kristi ya jagoranci.

Musuluntar Lewis ba ta zo da shagali ba. Babu wani babban abin da ya faru a zuciya, babu kuma sanarwar nasara a bainar jama'a. Ya bayyana hakan a matsayin rashin yarda, amincewa da cewa ba za a iya ci gaba da juriya da gaskiya ba. Ba a yi masa jayayya a cikin imani ba har ma da gaskiyar ta gajiyar da shi.

Kuma gaskiya ta yi aikinta.

Kiristanci kawai yana fitowa ne daga wannan juyin cikin gida. Ba wanda ya yi nasara cikin sauƙi ya rubuta shi ba, amma wanda ya miƙa wuya a hankali. Lewis ya san daga gogewa cewa ba za a iya yin gaggawar biyayya ba. Ba za a iya tilasta masa ba. Dole ne ya taso ne daga fahimtar cewa tsaka tsaki ya ƙare.

Nan ne shiri yake da muhimmanci.

Shiri ba sha'awa ba ce.

Ba tabbas ba ce. Ba kwarin gwiwa ga ƙarfin mutum ba ne.

Shiri shine yarda da cewa ci gaba kamar da ba zai yiwu ba.

Lewis ya isa wannan wuri lokacin da ya fahimci cewa imani ba tare da biyayya ba ba gaskiya bane. Yin alfahari da Kristi yayin da yake adawa da ikonsa shine a ci gaba da rabuwa. Jinkirin mika wuya har abada shine zaɓi na mulkin kai ta hanyar da ba ta dace ba.

Don haka ya miƙa wuya—ba don yana jin ƙarfi ba, amma saboda juriya ta zama ba za a iya jurewa ba.

Wannan muhimmin bambanci ne ga masu karatu na zamani.

Biyayya ba ta farawa ne lokacin da tsoro ya ɓace ba.

Tana farawa ne lokacin da gaskiya ta zama abin da ba za a iya kauce masa ba.

Lewis bai shiga cikin imani ba saboda yana jin a shirye ta kowace fuska. Ya shiga tsakani saboda ya fahimci cewa rayuwar da yake karewa ba ta da wani amfani a kare ta. Kudin da ake kashewa wajen ci gaba da juriya ya fi kudin mika wuya. Wannan shine yadda shiri yake kama.

Ba rashin shakka ba ne, amma ƙarshen ɗagewa ne.

Ba tabbacin sakamako ba ne, amma bayyananniyar alkibla. Ba ikon imani ba ne, amma son a jagorance shi.

Wannan babi ya kammala nutsewa domin ya ambaci abin da ke faruwa a hankali a cikin tafiyar: motsi daga lura zuwa shiga, daga tunani zuwa martani, daga imani a matsayin ra'ayi zuwa biyayya kamar aiki.

Ba a nemi komai daga gare ku ba tukuna.

Ba a ba da komai ba.

Amma an fayyace wani abu.

Idan Kiristanci gaskiya ne, to rayuwa ba za ta canza ba.

Idan Almasihu Ubangiji ne, to kai ba zai iya zama mai iko ba.

Idan canji zai yiwu, to dagewa zai zama shawara.

Sururin da ke biyo baya—kwana arba'in na yin aiki da gangan—ba su wanzu don matsa maka ba. Suna wanzuwa ne don **tafiya tare da kai** ta cikin ayyukan yau da kullun da ke sannu a hankali waɗanda biyayya ke bayyana.

Ba nan ne aikin zai ƙare ba.

A nan ne ake zama.

Ba a buƙatar ka yi wasa ba.

Ana gayyatar ka ka biyo baya.

WURAREN CUTARWA

Tambayoyi don Kulawa da Gaskiya

Bari a warware waɗannan tambayoyin.

An yi su ne don fayyace shiri, ba don tilasta wa wani aiki ba.

1. **Me ya canza a cikinka tun lokacin da ka fara wannan tafiya?**
   Ba a cikin motsin rai ba - *a cikin zuciya*.
2. **Ina juriya ta ragu, ko da ɗan kaɗan?**
   Me ya sa ba a jin kamar an kare shi kamar da?
3. **Me zai sa a daina jinkirta biyayya a wani fanni na rayuwarka?**
   Kada ka yanke shawara tukuna—sai ka lura.
4. **Ta yaya za ka bambanta tsakanin taka tsantsan da jinkiri?**
   A ina za su iya yin karo?
5. **Wace irin bangaskiya ce ka girma a cikin wannan tsari?**
   Me ya rage maka?
6. **Idan ba a daina yin tsaka-tsaki ba, wane irin yanayi ne za a fara canzawa?**
   Ku zauna da wannan.

7. **Yaya "biyayya da son rai" zai kasance a gare ku—ba wai a zahiri ba, amma a kowace rana?**
Bari tambayar ta kasance a buɗe.

Jagorori Masu Sauƙi ga Mai Karatu
Biyayya ba ta farawa da amincewa ba.
Tana farawa da yarda.
Tafiyar da ke gaba ba wai ta tabbatar da imani ba ce, tana game da yin aiki tare.

CANJIN ZUWA TAFIYAR KWANA 40

Abin da ke biyo baya ba nazarin ra'ayoyi ba ne, amma samuwar rayuwa ce.
Kwanaki arba'in masu zuwa an tsara su ba don sanar da ku ba, amma don su siffanta ku—ta hanyar Nassosi, tunani, aiki, addu'a, da kuma bincike na gaskiya. Kowace rana tana gayyatar ƙaramin amsa, domin biyayya tana girma ta hanyar aiki, ba niyya ba.
Ba a yi maka gaggawa a nan ba.
Ka shirya.
Tafiyar yanzu ta koma daga **fahimta** zuwa **aiki** .
Kuma yana farawa cikin nutsuwa.

Wasiku Masu Rai – Jerin Ibada na Kwanaki 40 - Nazari 2 YA FARA… >>>>>

YADDA AKE AMFANI DA WANNAN LITTAFIN

Ga daidaikun mutane da ƙungiyoyi

Ba a tsara wannan ibada don sauri, girma, ko tara bayanai ba. An tsara ta ne don **samuwarta** .

1. AMFANI DA WANNAN LITTAFIN A MATSAYIN MUTUM

An yi nufin wannan tafiya a hankali, a hankali, kuma a gaskiya.

A. Sautin Kullum (Minti 15-30)

Kowace rana an tsara ta ne don a *shigar da ita* , ba a kammala ta ba.

Guduwar da aka ba da shawarar:

1. Karanta A Hankali
Kada ka yi kasa a gwiwa. Karanta kamar rubutun yana karanta maka.

2. Shiga Yanayi
Kada ka yi nazari a kai. Ka yi tunanin kanka a ciki. Ka lura da abubuwan da ke sama—tsayayya, ganewa, ko rashin jin daɗi.

3. Zauna Da Tambayar
Ba a tsara tambayoyin don amsoshi cikin sauri ba. Wasu an yi su ne don su raka ka a duk tsawon yini.

4. Yi Aikin

Kowace rana tana ɗauke da ƙaramin aikin biyayya. Yi shi a hankali. Kada ka sanar da shi. Bari ya siffanta ka.

5. Yi Addu'a Kawai

Addu'o'in suna da tsari a bayyane. Yi amfani da su kamar yadda aka rubuta, ko kuma ka bar su su buɗe kalmominka a gaban Allah.

B. Yanayin Amfanin Mutum

Domin yin aikin wannan littafin:

- Karanta **rana ɗaya kawai a kowace rana**
- Ka guji sha'awar yin gaba
- Kada ku nemi abubuwan da suka shafi motsin rai—ku nemi daidaito
- Rubuta abin da ake buƙata kawai; **biyayya ta fi muhimmanci fiye da fahimta**

Wannan littafin yana aiki mafi kyau idan an karanta shi da tauri.

C. Lokacin Dakatarwa

Idan wata rana ta nuna juriya, amincewa, ko gajiya:

- Ka ci gaba da wannan rana na ƙarin sa'o'i 24-48
- Sake yin aikin
- Bari gaskiya ta daidaita kafin a ci gaba

Tsarin ruhaniya ba kasafai yake tafiya daidai ba.
Kada ku yi gaggawar abin da Allah yake ƙirƙirawa.

2. AMFANI DA WANNAN LITTAFIN A CIKIN SIFFA TA KUNGIYAR

An rubuta wannan littafin da gangan don ya yi aiki a cikin ƙananan ƙungiyoyi, da'irorin almajiranci, ƙungiyoyin jagoranci, da ƙungiyoyin hidima.

A. Girman Rukuni Mai Kyau

- **Mutane 4–8** shine mafi kyau
- Shaidun da aka raba ƙasa da iyakoki 4
- Fiye da iyaka 10 na gaskiya

Wannan **wurin horo ne** , ba aji ba.

B. Sautin da aka Ba da Shawara na Mako-mako

Maimakon yin taro kowace rana, ana ƙarfafa ƙungiyoyi su yi tafiya a kowane mako.

Tsarin da aka ba da shawara:

- Kwanaki biyar na ibada da aka kammala kowannensu
- Taron ƙungiya ɗaya don tunani da fahimta
- Rana ɗaya ta hutawa ko kuma ranar da za a yi hutu

Wannan tsari yana ba da damar yin biyayya a zaman kansa kuma a sarrafa shi ta hanyar kamfanoni.

C. Tsarin Taron Kungiya (Minti 60–90)

1. Buɗewar Hankali (minti 5)
Babu sabuntawa. Babu tattaunawa. Bari ɗakin ya yi shiru.

2. Raba Tunani (minti 30)
Kowane mutum zai amsa kawai:

- *Me ya hana ni a wannan makon?*
- *Me Allah ya faɗa a fili?*

Babu gyara.
Babu koyarwa.

3. Nassosi da Fahimta (minti 20)
Karanta Nassosi masu mahimmanci a hankali. Ku yi tambaya tare:

- *Wane 'ya'yan itace ne ke samuwa?*
- *Wane tsari ake nema?*

4. Addu'a da Sanarwa (minti 15)
Yi addu'a don biyayya, ba ta'aziyya ba. Ku yi furucin tare.

D. Yarjejeniyar Kungiya (Mai Muhimmanci)

Domin wannan littafin ya yi aiki yadda ya kamata a cikin ƙungiyoyi, dole ne a amince da waɗannan abubuwa:

- Babu gyara juna
- Ba a koyarwa sai dai idan an gayyace shi
- Babu shawara sai dai idan an buƙata
- Babu rabawa a wajen rukunin
- Babu kwatancen ruhaniya

Wannan yanayi ne da aka kare don ƙafa ƙungiya, ba dandalin muhawara ba.

3. AMFANI DA WANNAN LITTAFIN DON JAGORA DA ALMAJIRA

Wannan ibada tana da tasiri musamman ga:

- Kungiyoyin shugabancin coci
- Masu koyon aikin hidima
- Shugabannin da ke tasowa
- Muminai da suka manyanta suna shiga sabon nauyi

A. Muhimmancin Jagoranci

Shugabanni ya kamata su ba da kulawa ta musamman ga:

- Kwanaki suna magana game da iko, shiru, juriya, da kuma kamewa
- Yanayi da ke nuna iko, ganuwa, da aiki
- Ayyuka da ke buƙatar *biyayya ta hanyar iyakancewa* , ba himma ba

Wannan littafin yana samar da **hali kafin iyawa** .

B. Matsayin Mai Gudanarwa

Idan kana jagorantar wasu ta wannan tafiyar:

- Kada ka mamaye tattaunawa

- Rashin lafiyar samfurin ba tare da rabawa fiye da kima ba
- Ku bar shiru
- Kare saurin

Aikinka ba shine ka zama ƙwararre ba, amma **mai kula da muhalli** .

4. MENENE WANNAN LITTAFIN — KUMA BAI YI BA

Wannan littafin shine:

- Tafiya ta kafa ƙungiya
- Kayan aiki na almajirantarwa
- Madubi don biyayya
- Kayan aiki na musamman

Wannan littafin ba:

- Littafin tauhidi
- Ibada mai motsa rai
- Shirin karatu cikin sauri
- Nazarin da ya dogara da halayen mutum

An tsara shi ne don **barin alamomi** , ba don nuna ra'ayi ba.

5. KALMA TA KARSHE GA MASU KARATU

Ko kai kaɗai ne ko kuma tare da wasu, alhakin iri ɗaya ne:

Ba a buƙatar ka yaba wa gaskiya ba.
Ana buƙatar ka zama mai **iya karantawa** .

Karanta a hankali.
Ka yi biyayya a hankali. Ka rayu a sarari.

Duniya tana karatu.

Duniya tana karatu.

RANA TA DAYA

Lokacin da Gaskiya Ta Fara Bugawa

Gane Lokacin da Tsaka Tsaki Ya Kare

NASSOSHI MASU MAFI MUHIMMANCI

- **2 Korintiyawa 3:2-3** — *Ku kanku wasiƙarmu ce… ba a rubuta tawadar ba amma an rubuta ta da Ruhun Allah mai rai.*
- **Ibraniyawa 4:12** - *Gama maganar Allah mai rai ce kuma mai aiki... tana gane tunani da nufin zuciya.*
- **Yohanna 18:37** — *Duk wanda yake na gaskiya yana sauraron muryata.*

Karatun Littafi Mai Tsarki (Karanta A Hankali)
Kada ka yi gaggawar karanta wannan karatun.
Karanta kamar wanda ake magana a kai, ba tare da an sanar da kai ba.
"Ku ne wasiƙarmu, wadda aka rubuta a cikin zukatanmu, wadda mutane duka suka sani kuma suka karanta."
- 2 Korintiyawa 3:2

Tunani na Ibada
Kowace tafiya ta biyayya tana farawa da lokacin da gaskiya ta zama ta mutum.
Ba wasan kwaikwayo ba ne.
Ba a bainar jama'a ba. Amma ba makawa.
Kafin **CS Lewis** ya taɓa yin magana a bainar jama'a game da imani, ya fahimci cewa tsaka-tsaki ba gaskiya ba ne. Gaskiya ta

matse sosai don a lura da ita daga nesa. Abin da ya sani ba zai iya ci gaba da kasancewa a ka'ida ba.

Nan ne almajiranci ya fara—ba da sha'awa ba, amma da ganewa.

Yawancin mutane suna jinkirta biyayya ba wai don sun ƙi gaskiya ba, amma saboda suna fatan za ta sassauta riƙonta.

Muna tsammanin akwai lokacin da za a mayar da martani daga baya, lokacin da yanayi ya fi aminci, bayyananne, ko kuma ya fi dacewa. Duk da haka, Nassosi ya bayyana cewa gaskiya ba wai kawai tana sanar da mu ba ne—tana yi mana *magana ne kawai* .

Kalmar Allah ba ta tsayawa cak ba ce.

Tana da rai. Tana bincike. Tana ambaton niyya.

Rana ta 1 ba game da aiki ba ne.

Yana game da *amincewa* .

Idan ka fara wannan tafiya, to saboda wani abu ya riga ya tayar da hankali ne—wani abu ya matsa, ya yi tambaya, ya ɓata rai, ko kuma ya gayyace shi. Wannan motsin ba wai bazuwar ba ne. Ruhu ne ya fara rubutu.

Ba ka nan don ka ci gaba da amfani da abubuwan da ke ciki ba.

Ka zo nan ne don a samar maka da su.

Kafin biyayya ta fara bayyana, dole ne gaskiya ta fara tushe.

Gwajin Zuciya

Zauna da waɗannan tambayoyin a hankali.

Kada ka yi gaggawar amsa su.

1. **Wace gaskiya ce ta dame ka kwanan nan wadda ba ka amsa ba tukuna?**
2. **Ina ka tsaya tsaka-tsaki duk da cewa haske ya riga ya zo?**
3. **Me kake jin Allah yana roƙonka ka *yarda da shi* kafin Ya roƙe ka ka yi *aiki* ?**

Aikin Yau (Karamin Amma Da Niyya)

Aikin yau **shiru ne** .

A ware **mintuna 10 ba tare da katsewa ba** .

Babu waya. Babu kiɗa. Babu littafin rubutu.

Zauna a hankali a gaban Allah ka faɗi wannan kawai—da babbar murya ko a hankali:

"Ya Ubangiji, ina sauraro."

Kada ka yi bayani.

Kada ka yi shawarwari. Kada ka yi shiri a gaba.

Bari gaskiya ta matsa ba tare da juriya ba.

Addu'a

Uba,

na yarda cewa ba ka da nisa. Kalmarka tana da rai, kuma tana bincike ni. Ina mika bukatata ta kasancewa tsaka-tsaki. Ka koya mini in saurara kafin in yi aiki, in kuma karɓa kafin in amsa. Rubuta gaskiyarka a cikin rayuwata har sai biyayyata ta bayyana. Amin.

Sanarwa

Yi wannan magana a hankali:

Ni wasiƙar Kristi ce mai rai.

Ba na tsayayya da gaskiya idan ta kusa. Ina zaɓar gaskiya fiye da jinkiri da kuma sauraro maimakon tsaka tsaki. Rayuwata Ruhun Allah ne ke rubuta ta.

Jajircewa ga Biyayya

A yau, na kuduri aniyar kada in yi gaggawa.

Na kuduri aniyar **kasancewa a wurin** .

Na kuduri aniyar barin gaskiya ta yi magana kafin in yi ƙoƙarin mayar da martani.

Gabatarwar Rufewa

Kada ka ci gaba tukuna.

Bari wannan rana ta zauna lafiya.

Biyayya ta fara da kulawa.

Gobe, za mu binciki **dalilin da yasa juriya ke ɓoyewa a ƙarƙashin kyakkyawan niyya** .

Rana ta Biyu

Lokacin da Juriya ta Sanya Fuska Mai Kyau

Yadda Kyawawan Niyya Ke Jinkirta Biyayya

NASSOSHI MASU MAFI MUHIMMANCI

- **Matta 7:15-20** - *Za ku gane su ta wurin 'ya'yansu.*
- **Yakubu 1:22** - *Ku zama masu aikata maganar, ba masu ji kawai ba, kuna yaudarar kanku.*
- **Luka 9:57-62** — *Babu wanda ya mika hannunsa a kan garma ya kalli baya, bai cancanci mulkin Allah ba.*

Karatun Littafi Mai Tsarki (Karanta A Hankali)
"Don me kuke kirana 'Ubangiji, Ubangiji,' ba kwa yin abin da na faɗa muku ba?"
—Luka 6:46
Karanta kuma.
Bari tambayar ta tsaya ba tare da amsa ta ba tukuna.

Tunani na Ibada
Ba kasafai ake bayyana adawa a matsayin tawaye ba.
Sau da yawa, yana ɓoye kansa a matsayin *mai hankali* .
Kafin **CS Lewis** ya ƙi Kiristanci a fili, ya jinkirta shi da hankali, lokaci, da gaskiya. Bai ce "a'a" kai tsaye ba. Ya ce, *"ba tukuna ba," "ba haka ba,"* ko *"ba sai na fahimci ƙarin bayani ba."*
Waɗannan amsoshin sun ji gaskiya - kuma sun kasance - amma kuma suna aiki a matsayin garkuwa.
Wannan yana ɗaya daga cikin mafi sauƙi hanyoyin yaudarar kai.

Muna ɗauka cewa saboda dalilanmu suna da kyau a yi tunani a kansu, dole ne su kasance masu aminci. Muna rikitar da bayani da biyayya. Muna kuskuren yin tunani a matsayin martani. Nassosi suna yi mana gargaɗi a hankali amma a sarari: jin ba tare da yin hakan ba zai iya zama nau'in yaudara—ba munafunci da gangan ba, amma jinkirin da ba a tantance ba.

Yesu bai tsawata wa mutane don yin tambayoyi ba.

Yana tsawata musu saboda guje wa daidaito.

Rana ta 2 tana gayyatarku da ku lura inda juriya ta koya yin kyau a rayuwarku. Inda aka dage biyayya a ƙarƙashin tutar fahimta. Inda kyawawan niyya suka ɗauki matsayin yanke hukunci.

'Ya'yan itace suna bayyana biyayya.

Lokaci yana bayyana gaskiya.

Idan wani abu ya daɗe yana damun zuciyarka, matsalar ba za ta ƙara bayyana ba - yana iya zama yarda.

Gwajin Zuciya

Zauna a hankali da waɗannan tambayoyin.

Bari su bayyana siffofi, ba amsoshi ba.

1. **A ina ka ce "eh" a ƙa'ida amma "daga baya" a aikace?**
2. **Wadanne dalilai ne galibi kuke bayarwa na jinkirta biyayya?**
3. **Ta yaya kake bambance tsakanin fahimta da gujewa a rayuwarka?**

Aikin Yau (Karami amma Gaskiya)

Aikin yau shine **sanya suna** .

Ɗauki takarda ko rubutu a wayarka.

Rubuta **wani yanki** da kake jin Allah ya riga ya yi magana—amma ka yi jinkirin amsawa.

Kada ka yi amfani da hujjar da ke cikinsa.

Kada ka yi bayani. Kawai ka ambaci sunansa.

Sai ka faɗi haka a hankali:

"Ya Ubangiji, na ga inda na jinkirta."
Shi ke nan.

Addu'a
Ubangiji Yesu,
na yarda cewa juriya ba koyaushe take kama da tawaye ba.
Wani lokaci tana kama da haƙuri, taka tsantsan, ko hikima.
Ku bincike ni ku bayyana inda jinkiri ya maye gurbin biyayya.
Ku koya mini gane 'ya'yan itace maimakon uzuri da daidaitawa maimakon niyya. Na zaɓi gaskiya fiye da kariyar kai. Amin.

Sanarwa
Yi wannan da babbar murya:
Ba na rikitar da niyya da biyayya.
Ba na ɓoye juriya a bayan hankali. Ina koyon gane jinkiri da kuma zaɓar daidaitawa da gaskiya. Rayuwata za ta yi amfani da ita wanda ke nuna mika wuya.

Jajircewa ga Biyayya
A yau, na yi alƙawarin **amincewa da gaskiya** .
Ba zan sake kiran jinkiri a matsayin fahimta ba. Zan bar Allah ya fallasa abin da ke buƙatar daidaitawa kafin in nemi sabuwar hanya.

Gabatarwar Rufewa
Kada ka yi aiki a kan abin da ka ambata tukuna.
Yau ta kasance game da **gani a sarari** , ba gyarawa da sauri ba.
Gobe, za mu bincika **dalilin da yasa biyayya ke jin haɗari koda kuwa gaskiya ta bayyana** .

RANA TA UKU

Lokacin da Biyayya Ta Ji Haɗari

Dalilin da Ya Sa Haske Ba Ya Koyaushe Yake Jawo Aiki

NASSOSHI MASU MAFI MUHIMMANCI

- **Misalai 3:5-6** - *Ka dogara ga Ubangiji da dukkan zuciyarka...*
- **Matiyu 14:28–31** — *Bitrus ya yi tafiya a kan ruwa... ya fara nitsewa.*
- **Ibraniyawa 11:8** - *Ta wurin bangaskiya Ibrahim ya yi biyayya... bai san inda zai je ba.*

Karatun Littafi Mai Tsarki (Karanta A Hankali)
"Ka dogara ga Ubangiji da dukan zuciyarka,
kada ka dogara ga fahimtarka."
- Misalai 3:5
Ka dakata.
Ka lura inda aka jaddada amincewa—ba ilimi ba—.

Tunani na Ibada
Ɗaya daga cikin ɓangarorin biyayya da ba a fahimce su sosai ba shine:
biyayya ba kasafai take jin *aminci* a lokacin da ake buƙatarta ba.

Kafin **CS Lewis** ya miƙa wuya ga Kiristanci gaba ɗaya, ya riga ya san abubuwa da yawa game da abin da biyayya za ta kunsa. Ba jahilci ya samo asali daga jahilci ba. Ya samo asali ne daga *haɗari* . Biyayya ta yi barazana ga jin daɗin iko, iya hasashen abubuwa, da kuma rubutun kansa.

Wannan har yanzu gaskiya ne ga mutane da yawa a yau.

Sau da yawa muna ɗauka cewa da zarar gaskiya ta bayyana, ya kamata a yi aiki cikin sauƙi. Nassosi ya ba da labari daban. Haske ba ya kawar da tsoro. A gaskiya ma, haske sau da yawa yana ƙara ta'azzara shi—domin yanzu farashin yana bayyane.

Biyayya tana buƙatar amincewa a daidai lokacin da ba a san sakamako ba.

Bitrus bai nitse ba domin yana shakkar wanzuwar Yesu.

Ya nitse saboda tsoro ya mayar da hankalinsa.

Ibrahim bai yi biyayya ba domin yana da taswira.

Ya yi biyayya ne domin ya amince da Wanda ya kira shi.

Rana ta 3 tana gayyatarku ku ga cewa jinkirin ba koyaushe yake zama tawaye ba—sau da yawa tsoron asara ne, fallasa, ko canji. Biyayya tana rokonmu mu ci gaba kafin a tabbatar da aminci. Yana buƙatar bangaskiya ba kamar amincewa da sakamako ba, amma a matsayin amincewa da halin Allah.

Nan ne mutane da yawa ke tsayawa ba tare da wani ɓata lokaci ba.

Muna jiran tabbaci lokacin da Allah ya nemi amincewa.

Muna jiran tabbaci lokacin da Allah ya nemi daidaito. Muna jiran haske game da makomar lokacin da Allah ya nemi biyayya a halin yanzu.

Biyayya tana da haɗari domin tana kawar da ruɗani na iko.

Duk da haka, Littafi Mai Tsarki ya bayyana cewa bangaskiya ba rashin tsoro ba ce—tafiya ce *ta* cikinta.

Gwajin Zuciya

Zauna da waɗannan tambayoyin ba tare da yin gaggawa ba.

1. **Wane fanni na biyayya a yanzu ya fi zama haɗari a gare ku?**

2. **Wane sakamako kake ƙoƙarin kare kanka daga ciki?**
3. **Yaya yawanci kake amsawa idan Allah ya nemi motsi kafin ya tabbata?**

Aikin Yau (Karami amma Mai Jarumtaka)
Aikin yau shine **addu'a mai dogaro da aminci** .
Nemi wuri mai natsuwa.
Ka faɗi **wani takamaiman tsoro** da ya shafi biyayya.
Sai a yi addu'ar wannan jumla a hankali, sau uku:
"Ya Ubangiji, na dogara gare Ka fiye da yadda nake tsoro."
Kada ka yi jayayya da tsoro.
Kada ka kawar da shi. Kawai ka sanya aminci a gefensa.

Addu'a
Uba,
Ka san inda biyayya take da tsada a gare ni. Kana ganin tsoro a ƙarƙashin jinkirina. Ka koya mini in amince da halinka alhali kuwa ba zan iya annabta sakamakon ba. Na zaɓi bangaskiya da ke ci gaba, ko da yake tsoro yana nan. Amin.

Sanarwa
Yi wannan da babbar murya:
Ba na jiran tabbacin yin biyayya.
Ina amincewa da Wanda ya kira ni gaba. Tsoro ba ya yanke hukunci a kaina. Imani yana jagorance ni mataki-mataki.
Biyayyata tana ƙara ƙarfi fiye da jinkirin da nake yi.

Jajircewa ga Biyayya
A yau, ina da alƙawarin **amincewa da halin Allah** ko da sakamakon ba a fayyace shi ba. Ba zan haɗa tsoro da hikima ko jinkiri da fahimta ba.

Gabatarwar Rufewa
Kada ka yi gaggawar ci gaba.

Yau game da **sanya wa tsoro suna ne** , ba wai a shawo kansa ba.
Gobe, za mu binciki **yadda girman kai ke ƙin biyayya a hankali yayin da yake bayyana a matsayin mai alhakin** .

RANA TA HUƊU

Lokacin da Girman Kai Yake Kama da Alhaki

Yadda Mulkin Kai Ke Ɓoye Kansa A Matsayin Hikima

NASSOSHI MASU MAFI MUHIMMANCI

- **Karin Magana 16:18** - *Girman kai yana gaba da halaka...*
- **Luka 18:9-14** — *Bafarisiye da mai karɓar haraji.*
- **Romawa 12:3** - *Kada ka ɗauki kanka fiye da yadda ya kamata...*

Karatun Littafi Mai Tsarki (Karanta A Hankali)
"Allah yana gāba da masu girman kai
, amma yana ba da alheri ga masu tawali'u."
—Yaƙub 4:6
Karanta kuma.
Ka lura da kalmar *da ke adawa da ita* .

Tunani na Ibada
Ba duk girman kai ne ke da ƙarfi ba.
Wasu girman kai suna yin kama da masu hankali.
An auna. Mai alhakin.
Kafin **CS Lewis** ya miƙa wuya ga Kristi, ɗaya daga cikin mafi ƙarfin juriya da ya fuskanta ba girman kai ba ne—amma *amincewa da kai* . Ya yi imani yana da hankali, tunani, da kuma tarbiyya. Kuma ya kasance haka. Amma a ƙarƙashin wannan matsayi akwai zato mai zurfi: *Ina da ikon mulkin kaina.*

Wannan yana ɗaya daga cikin abubuwan da alfahari ya fi burgewa.
Sau da yawa muna tunanin girman kai a matsayin fahariya ko girman kai. Littafi Mai Tsarki ya bayyana wani abu mafi zurfi: girman kai shine nacewa cewa *na fi sanin yadda zan tafiyar da rayuwata* . Mulkin kai ne da aka gabatar a matsayin balaga. Iko ya gabatar a matsayin taka tsantsan. 'Yanci ya gabatar a matsayin hikima.
Lewis ya fahimci cewa matuƙar ya ci gaba da kasancewa a matsayinsa na ƙarshe, Kiristanci ba zai iya samun tushe gaba ɗaya ba. Zai iya karɓar jagorancin ɗabi'a, ya yaba da koyarwar Kirista, har ma ya yaba wa Kristi—yayin da har yanzu yana riƙe da iko kan yadda biyayya za ta kasance.
Ba koyaushe girman kai yake ƙin Allah ba.
Sau da yawa yana yin sulhu da Shi.
Ya yarda da ƙa'ida yayin da yake ƙin miƙa wuya a aikace. Yana fifita shawara fiye da miƙa wuya. Yana karɓar taimako ba tare da ya miƙa wuya ga iko ba. Kuma saboda yana jin kamar yana da ma'ana, sau da yawa yakan tafi ba tare da an ƙalubalance shi ba.
Yesu ya yi magana kai tsaye a cikin misalansa. Bafarisi a cikin Luka 18 bai bayyana a matsayin mai laifi ba. Yana bayyana a matsayin mai adalci. Mai addini. Duk da haka, yanayinsa bai bar wani wuri ga alheri ba, domin ba ya barin wani wuri ga buƙata.
Alheri ba zai iya sauka inda wadatar kai ta kasance ba.
Rana ta 4 tana gayyatarku da ku lura inda za a iya tsayayya wa biyayya ba ta hanyar tawaye ba, amma ta hanyar amincewa da kai. Inda dogaro da hukuncin kanka a hankali yake yin gogayya da amincewa da alkiblar Allah.
Wannan ba game da yin Allah wadai da ƙwarewa ko alhakin ba ne,
yana game da gane lokacin da suka maye gurbin dogaro.
Girman kai ba kasafai yake bayyana kansa a matsayin tawaye ba.
Yana raɗawa, *"Ina da wannan."*

Gwajin Zuciya

Zauna a hankali da waɗannan tambayoyin.

1. **Ina kake dogara ga hukuncin kanka maimakon jagorancin Allah?**
2. **Yaya kake amsawa idan biyayya ta ji kamar ba ta da tasiri ko kuma ba ta da amfani?**
3. **Yaya tawali'u yake a yankunan da kake jin sun fi ƙwarewa?**

Aikin Yau (Karami amma Bayyananne)

Aikin yau shine **saki** .

Gano **shawara ɗaya, hali, ko wani fanni na rayuwa** da kake gudanarwa da kanka.

Yi addu'a a hankali game da wannan jumla:

"Ya Ubangiji, na saki buƙatata ta sarrafa wannan."

Kada ka gyara shi.

Kada ka inganta shi. Kawai ka saki shi cikin kulawar Allah.

Addu'a

Uba,

na yarda cewa girman kai ba koyaushe yake jin zunubi ba. Wani lokaci yana jin hikima, kulawa, da ƙarfi. Nuna mini inda mulkin kai ya maye gurbin amincewa. Ka koya mini tawali'u wanda ke karɓar alheri da biyayya wanda ke fitowa daga dogaro. Na sauka daga mulki domin Ka jagorance ni. Amin.

Sanarwa

Yi wannan da babbar murya:

Ba na dogara ga fahimtata.

Ina miƙa iyawata ga hikimar Allah. Girman kai ba ya jagorantar yanke shawarata. Alheri yana siffanta biyayyata. Na zaɓi tawali'u fiye da iko.

Jajircewa ga Biyayya

A yau, na kuduri aniyar **sakin mulkin kai** .
Ba zan rikitar da alhakin da 'yancin kai ko hikima da iko ba.
Na zabi amincewa maimakon dogaro da kai.

Gabatarwar Rufewa
Kada ka yi gaggawar gyara komai a yau.
Yau ta kasance game da **gane yanayin jiki** , ba samar da canji ba.
Gobe, za mu fuskanci **yadda biyayya ta ɗan lokaci ke haifar da rikici na ciki**

RANA TA BIYAR

Lokacin da Biyayya Ba Ta Da Wani Abu

Dalilin da Ya Sa Raba-raba Tsakanin Mutane Ke Haifar da Rikicin Cikin Gida

NASSOSHI MASU MAFI MUHIMMANCI

- **1 Sarakuna 18:21** — *Har yaushe za ku yi ta yawo tsakanin ra'ayoyi biyu?*
- **Luka 9:23** - *Duk wanda yake son zama almajirina dole ne ya ƙi kansa...*
- **Romawa 7:22–25** — *Ina jin daɗin dokar Allah… amma ina ganin wata doka tana aiki a cikina.*

Karatun Littafi Mai Tsarki (Karanta A Hankali)
"Babu wanda zai iya bauta wa iyayengiji biyu."
- Matta 6:24
Dakata.
Kada ka yi bayanin ayar. Bari ta tsaya cak.

Tunani na Ibada
Biyayya ta ɗan lokaci tana jin daidai.
Yana ba mu damar cewa eh ba tare da mun mika komai ba.
Yana ba mu damar bin Kristi ta hanyoyi a bayyane yayin da muke ajiye wasu wurare a hankali don kanmu. Kuma saboda biyayyar da ba ta da tushe sau da yawa tana kama da gaskiya, tana iya dawwama tsawon shekaru ba tare da an fuskanci ta ba.

Kafin **CS Lewis** ya miƙa wuya ga Almasihu gaba ɗaya, ya rayu cikin wannan tashin hankali. Ya yaba da gaskiyar Kirista, ya yarda da bayyananniyar ɗabi'a, har ma ya amince da ikonta - duk da haka ya jinkirta mika wuya gaba ɗaya. Rayuwarsa ba ta kasance cikin tawaye a fili ba, amma ta hanyar biyayya mai rarrabuwar kawuna.

Wannan rarrabuwa yana haifar da rikici.

Littafi Mai Tsarki bai bayyana rikicin cikin gida a matsayin asiri ba. Ya ambaci hakan a matsayin sakamakon iko masu hamayya. Lokacin da Kristi ke mulkin wasu yankuna kuma kai yana mulkin wasu, zaman lafiya ya kasance ba zai yiwu ba. Ba wai don Allah ya hana shi ba ne—amma saboda rarrabuwar kawuna ba zai iya ci gaba da kasancewa cikakke ba.

Biyayya ta ɗan lokaci tana gajiyar da mu.

Muna da nauyin yanke shawara yayin da muke ƙoƙarin bin Kristi. Muna sarrafa bangaskiya maimakon samun jagora. Muna yin tazara tsakanin aminci da iko, biyayya da kuma ajiyar zuciya. Kuma sakamakon sau da yawa shine gajiya, takaici, da kuma jin cewa wani abu ba daidai ba ne.

Allah ba ya fallasa wannan damuwa don ya kunyata mu. Yana bayyana ta ne don ya gayyace mu mu huta.

Ba a samun hutu ta hanyar yin ƙasa da yin Allah ba, amma ta hanyar miƙa wuya ga Allah.

Daga ƙarshe Lewis ya fahimci cewa Kiristanci ba ya aiki a ƙarƙashin shugabanci na tarayya. Kristi ba ya yin shawarwari kan iko; Ya ɗauka. Salamar da Lewis ya nema ba ta zo ta hanyar daidaitawa ba, amma ta hanyar barin iko.

Rana ta 5 tana gayyatarku da ku lura inda biyayya za ta iya zama gaskiya amma ba ta cika ba. Inda aka yi maraba da Kristi a matsayin Mai Ceto amma aka yi tsayayya da shi a matsayin Ubangiji. Inda aka raba bangaskiya don kiyaye ta'aziyya, iko, ko sabani.

Wannan karramawa ba gazawa ba ce,
ci gaba ce.

Sau da yawa rikicin cikin gida yana nuna cewa daidaito ya kusa.

Gwajin Zuciya

Zauna da waɗannan tambayoyin a hankali.

1. **A ina ka bayar da biyayya tare da sharuɗɗa da aka haɗa?**
2. **Wane fanni na rayuwa ne ya fi jin tsoron mika wuya gaba ɗaya?**
3. **Ta yaya biyayyar da ba ta da wani tasiri a cikin motsin rai take bayyana—a cikin gajiya, takaici, ko rashin natsuwa?**

Aikin Yau (Karamin abu amma mai bayani)

Aikin yau **gaskiya ne** .

Rubuta **fannoni uku** na rayuwarka:

- Inda biyayya take jin kamar ta halitta ce
- Inda biyayya take jin zaɓe
- Inda biyayya ke jin an yi mata adawa

Kada ka yi hukunci a kan abin da kake rubutawa.

Kawai ka lura da tsarin.

Sai ka ce a hankali:

"Ya Ubangiji, ka nuna mini inda aka raba amincina."

Addu'a

Ubangiji Yesu,

na yarda cewa sau da yawa na yi maka biyayya kaɗan. Na bi ka inda aka ji aminci kuma na yi maka tsayayya inda aka ji tsada. Bayyana inda rabuwa ta maye gurbin mika wuya. Ka koya mini zaman lafiya da ke fitowa daga cikar abu, ba daga iko ba. Na zaɓi daidaito fiye da tattaunawa. Amin.

Sanarwa

Yi wannan da babbar murya:

Ba na bauta wa shugabannin da suka rabu.

Ina zaɓar cikakken iko fiye da iko. Biyayyata ba ta son zuciya ko sharaɗi ba ce. Kristi shine Ubangiji a kan kowane fanni na rayuwata. Ina samun zaman lafiya ta hanyar mika wuya.

Jajircewa ga Biyayya
A yau, ina mai da hankali kan **sanin gaskiya** .
Ba zan sake yin watsi da ɓangarorin da suka rabu a cikin aminci ba. Na zaɓi daidaito a matsayin hanyar hutawa.

Gabatarwar Rufewa
Bari yau ta daidaita.
Kada ka yi gaggawar gyara komai a lokaci guda.
Gobe, za mu binciki **dalilin da ya sa dole ne a yi biyayya kowace rana—ba sau ɗaya ba.**

RANA TA SHIDA

Ana Koyan Biyayya Kowace Rana

Dalilin da Ya Sa Ake Yin Daidaito, Ba A Yi Shawarar Sau ɗaya Ba

NASSOSHI MASU MAFI MUHIMMANCI

- **Luka 9:23** - *Ɗauki gicciyenka kowace rana ka bi ni.*
- **Makoki 3:22–23** — *Jinƙansa sabo ne kowace safiya.*
- **Filibiyawa 2:12-13** - *Ku yi aikin cetonku... domin Allah ne ke aiki a cikinku.*

Karatun Littafi Mai Tsarki (Karanta A Hankali)
"Duk wanda yake so ya zama almajirina, sai ya ƙi kansa, ya ɗauki gicciyensa kowace rana, ya bi ni."
- Luka 9:23
Ka lura da kalmar **kowace rana** .
Kada ka mayar da ita ta ruhaniya.

Tunani na Ibada
Ɗaya daga cikin kuskuren fahimta game da biyayya shine imani cewa za a iya warware shi gaba ɗaya.
Muna tunanin wani lokaci mai muhimmanci—addu'a, sadaukarwa, da kuma ci gaba—bayan haka biyayya za ta zama ta atomatik. Amma Littafi Mai Tsarki ya ci gaba da nuna biyayya ba a matsayin abu ɗaya ba, amma a matsayin **yanayin yau da kullum** .
Kafin **CS Lewis** ya zama muryar Kirista a bainar jama'a, mika wuyansa ya bayyana a hankali. Yunkurinsa bai durkushe a wani abu mai ban mamaki ba; ya sassauta ta hanyar zaɓɓukan da aka maimaita don daidaita gaskiya kamar yadda take

bayyana kanta. Biyayya ta zama koya ta hanyar kamewa, ba ta hanyar yanke shawara ba.

Wannan yana da 'yanci sosai.

Idan biyayya ta kasance mai ƙarfi, yawancinsu za su faɗi da sauri. Madadin haka, Allah yana samar da biyayya ta hanyar maimaitawa—ta hanyar komawa kowace rana ga irin wannan shawara: *Wanene ke da iko a yau?*

Biyayya ta yau da kullum tana nuna wani abu mai gaskiya game da mu:

muna farkawa kowace safiya da kanmu har yanzu yana sha'awar mulki.

Wannan ba gazawa ba ce.

Gaskiya ne.

Littafi Mai Tsarki bai ce mu gicciye kanmu sau ɗaya ba.

Yana roƙonmu mu ɗauki gicciye **kowace rana** .

Rana ta 6 tana gayyatarku da ku saki matsin lamba na kamala ku rungumi tarbiyyar kasancewa. Biyayya ba ta bunƙasa ta hanyar ƙoƙarin jarumtaka ba, amma ta hanyar amincewa akai-akai. Kowace rana tana zama sabuwar dama ta sake daidaitawa—ba wai don jiya ba ta isa ba, amma saboda yau tana kawo nata zaɓin.

Rahamar Allah ta same mu a can.

Biyayya ta yau da kullum ba ta buƙatar mu ji cewa mun sadaukar da kanmu ba.

Tana buƙatar mu ci gaba da kasancewa a shirye.

Ba ya buƙatar hangen nesa.

Yana buƙatar aminci a wannan lokacin.

Wannan shine yadda sauyi ke zama mai dorewa.

Gwajin Zuciya

Zauna da waɗannan tambayoyin a hankali.

1. **Ina kake tsammanin za a daidaita biyayya sau ɗaya maimakon a yi ta kowace rana?**
2. **Yaya kake amsawa idan hasken jiya ya yi nisa a yau?**

3. **Yaya zai kasance a ɗauki biyayya a matsayin dawowar yau da kullun maimakon yanayi na dindindin?**

Aikin Yau (Mai Sauƙi kuma Mai Maimaitawa)
Aikin yau shine **yarda da juna a kowace rana** .
A farkon ranarka—ko a yanzu—faɗi haka a hankali:
"Ya Ubangiji, na zaɓi daidaito yau."
Kada a ƙara sharuɗɗa.
Kada a yi hasashen gobe.
Bari biyayya ta ci gaba da kasancewa a halin yanzu.

Addu'a
Uba,
Na gode da biyayya ta samo asali ne akan lokaci. Ka 'yantar da ni daga matsin lamba na warware komai a lokaci guda. Ka koya mini aminci a cikin zaɓin yau kuma ka dogara ga rahamarKa don gobe. Ina yi maka wannan rana—ba cikakke ba, amma da son rai. Amin.

Sanarwa
Yi wannan da babbar murya:
Ana samun biyayya kowace rana a rayuwata.
Ba na dogara da ƙudurin jiya. Ina zaɓar daidaito a yau.
Alherin Allah yana haɗuwa da ni a maimaitawa. Imanina yana girma ta hanyar yin aiki da aminci.

Jajircewa ga Biyayya
A yau, na kuduri aniyar **gabatar da biyayya** .
Ba zan buƙaci tabbaci game da gobe ba kafin in yi biyayya ga yau. Ina zaɓar daidaito na yau da kullun maimakon jinkirin kammalawa.

Gabatarwar Rufewa

Bari yau ta zama haske.
Kana koyon tsari ne kawai, ba ka nuna ibada ba.
Gobe, za mu binciki **dalilin da yasa biyayya ke zurfafa ta hanyar ƙananan zaɓuka marasa ganuwa maimakon waɗanda ake iya gani** .

RANA TA BAKWAI

Aminci a Wuraren Boye

Dalilin da Yasa Biyayya Ke Karuwa Inda Ba Wanda Ya Gani

NASSOSHI MASU MAFI MUHIMMANCI

- **Matiyu 6:1-6** — *Ubanku wanda yake gani a ɓoye zai saka muku.*
- **Luka 16:10** - *Duk wanda yake da aminci a ƙaramin abu, to, shi ma yana da aminci a cikin abu mai yawa.*
- **Kolosiyawa 3:23-24** — *Duk abin da kuke yi, ku yi shi da dukan zuciyarku, kamar kuna aiki ga Ubangiji.*

Karatun Littafi Mai Tsarki (Karanta A Hankali)
"Ubanku, wanda yake ganin abin da ake yi a ɓoye, zai sāka muku."
- Matta 6:4
Dakata.
Ka lura da su waye masu sauraro.

Tunani na Ibada
Yawancin biyayya tana faruwa ne inda ba za a iya auna ta ba. Kafin **CS Lewis** ya taɓa yin magana a bainar jama'a game da Kiristanci, ana tsara biyayyarsa ta hanyoyi marasa gani. Mika

wuyansa bai fara a kan dandamali ko a cikin rubuce-rubuce ba. Ya bayyana a cikin jituwa ta sirri - zaɓuɓɓukan da babu wanda ya yaba, gyare-gyaren da babu wanda ya lura, aminci wanda ba ya haifar da karɓuwa nan take.

Nan ne biyayya ke ƙara ƙarfi.

Sau da yawa muna danganta biyayya da ayyukan da ake gani—bangaskiya ta jama'a, tsayuwar ɗabi'a, yanke shawara mai ƙarfin hali. Littafi Mai Tsarki ya bayyana wani abu mai shiru: Allah yana samar da hali a wurare ɓoyayye. Abin da muke yi lokacin da babu wanda ke kallon siffar da muke zama lokacin da kowa yake.

Biyayya ta ɓoye tana gwada dalili.

Yana tambaya ko mu bi Kristi don a gane mu ko don daidaita mu. Ko mu yi biyayya don lada ko don aminci. Ko amincinmu ya dogara ne akan tabbatarwa ko kuma ya kasance a cikin duhu.

Lewis ya fahimci wannan sosai. Biyayyarsa ta farko ba ta sa ya shahara ba. Ta sa shi mai aminci. Tun kafin rubuce-rubucensa su rinjayi miliyoyin mutane, zaɓinsa ya tsara rayuwa mai tsari ga gaskiya. 'Ya'yan itacen sun zo daga baya. Tsarin ya fara. Wannan yana da matuƙar ƙalubale musamman a cikin al'adar da ke ba da lada ganuwa.

Muna fuskantar jarabawar auna ci gaba ta hanyar lura. Muna danganta ci gaba da tabbatarwa. Duk da haka Yesu yana mai da hankali nesa da taron jama'a zuwa ga Uba wanda yake gani a ɓoye.

Rana ta 7 tana gayyatarku da ku sake tsara biyayya ba a matsayin aiki ba, amma a matsayin kasancewa.

Ba a ɓata biyayya a ɓoye ba.

Ana ɗaukar nauyi.

Yana shirya mu mu ɗauki nauyi ba tare da cin hanci da rashawa ba, tasiri ba tare da alfahari ba, da kuma 'ya'yan itace ba tare da hakki ba. Aminci a ɓoye shi ne ginshiƙin mutuncin jama'a.

Idan kana jin ba a ganinka a cikin biyayyarka, ba ka nan a baya.
Ana samar da kai.

Gwajin Zuciya

Zauna da waɗannan tambayoyin a hankali.

1. **Waɗanne ayyuka na biyayya a rayuwarka ne ba a gani ga wasu ba?**
2. **Yaya kake mayar da martani a cikin motsin rai idan ba a lura da aminci ba?**
3. **Me ya fi motsa biyayyarka—daidaitawa ko tabbatarwa?**

Aikin Yau (Na Shiru da Niyya)

Aikin yau shine **biyayya ta sirri** .
Zaɓi **ƙaramin aikin aminci ɗaya** wanda babu wanda zai sani game da shi:

- Addu'a
- Aikin kamewa
- Lokaci na karimci
- Shawarar yin magana mai kyau ko yin shiru

Yi shi a hankali.
Kada ka yi rikodin sa. Kada ka ambaci hakan.
Bari ya kasance tsakaninka da Allah.

Addu'a

Uba,
Kana ganin abin da ake yi a ɓoye. Ka koya mini yadda zan daraja kallonka fiye da ganewa. Ka yi mini biyayya inda babu tafawa kuma aminci dole ne ya tsaya shi kaɗai. Ina ba ka abin da babu wanda zai gani. Amin.

Sanarwa

Yi wannan da babbar murya:
Biyayyata ba ta da wani tasiri.
Ni mai aminci ne inda babu wanda ya gani. Allah yana siffanta

halina a wurare ɓoyayye. Ina rayuwa ne don daidaitawa, ba don tafi ba. Amincina yana ba da 'ya'ya a lokacin da ya dace.

Jajircewa ga Biyayya

A yau, na sadaukar da kaina ga **aminci na ɓoye** .
Na zaɓi biyayya ba tare da ganewa ba kuma ba tare da tabbatarwa ba.

Gabatarwar Rufewa

Wannan ya kammala **Mako na Ɗaya** .
Ba a nemi ka yi wani abu mai yawa ba—
amma abubuwa da yawa suna faruwa a hankali.
Mako mai zuwa, za mu binciki **yadda biyayya ke sake fasalin sha'awa, ba kawai hali ba** .

RANA TA TAKWAS

Lokacin da Sha'awa ta Fara Canjawa

Yadda Biyayya Ta Sake Umarni Abin da Muke So

NASSOSHI MASU MAFI MUHIMMANCI

- **Zabura 37:4** - *Ka ji daɗin kanka cikin Ubangiji, zai kuwa ba ka abin da zuciyarka ke so.*
- **Ezekiel 36:26** - *Zan ba ku sabuwar zuciya, in kuma sanya sabon ruhu a cikinku.*
- **Galatiyawa 5:16-17** - *Ku yi tafiya bisa ga Ruhu, ba za ku cika sha'awar jiki ba.*

Karatun Littafi Mai Tsarki (Karanta A Hankali)
"Zan ba ku sabuwar zuciya,
in kuma sanya sabon ruhu a cikinku."
—Ezekiel 36:26
Ka lura cewa Allah ba ya fara da hali.
Yana farawa da **zuciya** .

Tunani na Ibada
Mutane da yawa suna ɗauka cewa biyayya tana danne sha'awa. Suna ɗaukar bangaskiya a matsayin kamewa—yin abin da ke daidai yayin da suke sha'awar wani abu. Wannan rashin fahimta yana sa biyayya ta ji kamar tana da nauyi kuma ta ɗan lokaci. Duk da haka, Littafi Mai Tsarki ya bayyana gaskiya mai zurfi: biyayya ba wai kawai tana hana sha'awa ba ce; tana **sake fasalinta** .

Kafin **CS Lewis** ya sami 'yanci mai ɗorewa a cikin Almasihu, ya koyi cewa sauye-sauyen Kirista ba game da rinjayen sha'awa ta hanyar ƙarfin hali ba ne. Yana game da barin sha'awa da kanta ta sake tsara ta. Abin da ya taɓa janye shi daga Allah ya fara, a hankali, ya rasa ikonsa.
Wannan ba ya faruwa nan take.
Sha'awa tana canzawa a hankali—ta hanyar maimaita daidaito, ta hanyar zaɓar biyayya koda lokacin da sha'awa ta tsaya cak. Bayan lokaci, abin da a da yake da tsada yana fara zama kamar na halitta. Abin da a da yake buƙatar ƙoƙari ya fara kawo zaman lafiya.
Wannan ba danniya ba ne.
Sabuntawa ne.
Allah bai roƙe mu mu yi kamar sha'awarmu ta bambanta da tasu ba. Ya yi alƙawarin zai *bambanta su* . Amma wannan alƙawarin yana bayyana ta hanyar aiki, ba ta hanyar matsi ba. Yayin da muke tafiya cikin biyayya, Ruhu yana sake tsara ƙaunarmu daga ciki zuwa waje.
Rana ta 8 tana gayyatarku ku lura da canje-canje masu sauƙi. Ba za ka so duk abin da Allah ya buƙata ba tukuna.
Amma za ka iya fara son *daidaitawa da kanta* .
Kuma a nan ne canji ya fara.
Ba a nuna girman Kiristanci da rashin sha'awa, amma ta hanyar sauya shi.

Gwajin Zuciya

Zauna da waɗannan tambayoyin a hankali.

1. **Waɗanne sha'awa ne a halin yanzu ke yin gogayya da biyayya a rayuwarka?**
2. **Shin ka lura da wani sha'awa da ta rasa sha'awa tun lokacin da ka fara wannan tafiya?**
3. **Me zai sa a dogara ga Allah wajen sake fasalin sha'awarka, ba kawai ayyukanka ba?**

Aikin Yau (Mai Tausasawa da Lura)

Aikin yau yana **lura da sha'awa** .

A duk tsawon yini, ka dakata sau ɗaya ko biyu ka tambayi kanka:
"Me nake so yanzu?"
Kada ka yi hukunci a kan sha'awar.
Kada ka gyara ta. Kawai ka lura da ita.
Sai a yi addu'a a hankali:
"Ya Ubangiji, ka tsara abin da nake so."

Addu'a
Ya Uba,
Ka san sha'awata fiye da ni. Ina kawo su gare Ka ba tare da yin kamar ko ɓoyewa ba. Ka siffanta zuciyata daga ciki zuwa waje. Bari biyayya ta zama abin da nake so, ba kawai abin da nake yi ba. Ina dogara gare Ka da ƙaunata.
Amin.

Sanarwa
Yi wannan da babbar murya:
Allah yana sake fasalin sha'awata.
Biyayya tana zama abin farin ciki na. Ina tafiya ta wurin Ruhu, ba ta hanyar sha'awa ba. Zuciyata tana sabunta kowace rana.
Abin da nake so shine zuwa daidai da gaskiya.

Jajircewa ga Biyayya
A yau, ina mai da hankali kan **sanin gaskiya game da sha'awa** .
Ba zan ji tsoron sha'awata ko kuma in yi kamar ba su wanzu ba. Ina dogara ga Allah ya sake tsara su akan lokaci.

Gabatarwar Rufewa
Kada a auna yau da ji.
A auna shi ta hanyar **kulawa** .
Sha'awa tana canzawa a hankali.
Gobe, za mu binciki **dalilin da yasa biyayya ke girma ta hanyar haƙuri, ba ta hanyar gaggawa ba** .

RANA TA TARA

Aikin Haƙuri Mai Shiru

Dalilin da Yasa Biyayya Take Girma akan Lokaci

NASSOSHI MASU MAFI MUHIMMANCI

- **Yakubu 1:2-4** — *Bari juriya ta kammala aikinsa domin ku zama manya da cikakku.*
- **Galatiyawa 6:9** - *Kada mu gaji da yin nagarta...*
- **Zabura 40:1** - *Na jira Ubangiji da haƙuri; Ya juyo gare ni ya ji kukana.*

Karatun Littafi Mai Tsarki (Karanta A Hankali)
"Bari juriya ta kammala aikinsa
domin ku zama cikakke kuma cikakke, ba tare da rasa komai ba."
- Yaƙub 1:4
Ka lura cewa balaga wani abu ne **da aka yarda da shi** , ba dole ba ne.

Tunani na Ibada
Biyayya sau da yawa ba ta raguwa ba saboda an ƙi ta—amma saboda gaggawa.
Muna son haske da sauri. Sauya da sauri. Sauya shawara da sauri. Kuma idan ci gaba ya ji kamar yana da jinkiri, muna ɗauka cewa wani abu ba daidai ba ne. Duk da haka, Nassosi ya bayyana a kai a kai cewa Allah yana aiki **da gangan** , ba da gaggawa ba. Yana samar da balaga akan lokaci, ba ta hanyar hanzari ba.
Kafin **CS Lewis** ya zama amintaccen muryar Kirista, yawancin tsarinsa ya faru ne a hankali, ba tare da wani muhimmin abu da za a iya gani ba. Biyayyarsa ta bayyana ta

hanyar haƙuri—ta hanyar barin gaskiya ta yi aikinta maimakon neman sakamako nan take.
Wannan yana da wahala ga masu karatu na zamani.
Muna rayuwa ne a cikin al'adar gaggawa. Muna tsammanin canji zai zama mai aunawa, mai sauri, kuma mai ƙarfafawa a cikin motsin rai. Amma samuwar ruhaniya tana tsayayya da inganci. Allah ba ya gaggawar samar da sakamako; Ya himmatu wajen samar da *cikakkiyar kamala* .
Haƙuri yana kare biyayya.
Idan muka yi gaggawar biyayya, sau da yawa muna maye gurbin aiki da daidaito. Muna yin ɓubuwa da yawa maimakon ƙara himma. Muna bin ƙarfin hali maimakon balaga. A tsawon lokaci, wannan yana haifar da gajiya maimakon 'ya'ya.
Littafi Mai Tsarki yana gayyatar wani matsayi daban: juriya da ke ba da damar kammala aikin Allah.
Wannan ba yana nufin rashin son kai ba.
Yana nufin *kasancewa da aminci* .
Haƙuri a cikin biyayya yana koya mana mu kasance cikin daidaito ko da ba a ga sakamako ba. Yana horar da mu mu dogara ga lokacin Allah maimakon sarrafa sakamako. Yana zurfafa tushe don a iya dawwama da 'ya'yan da za su zo nan gaba.
Rana ta 9 tana gayyatarku da ku saki matsin lamba na "ci gaba da tafiya." Girma yana faruwa ko da lokacin da ba a iya gane shi ba. Biyayya ba ta girma ta hanyar ƙarfi ba, amma ta hanyar daidaito.
Jira ba a ɓata lokaci ba idan Allah yana aiki.

Gwajin Zuciya

Zauna da waɗannan tambayoyin a hankali.

1. **Ina kake jin matsin lamba na ci gaba da sauri fiye da yadda kake?**
2. **Yaya kake amsawa idan biyayya ta yi kama da maimaituwa ko jinkiri?**

3. **Menene haƙuri zai iya karewa a cikin tsarin ruhaniyarka a yanzu?**

Aikin Yau (A Sannu a Hankali da Niyya)
Aikin yau **ba tare da gaggawa ba shine aminci** .
Zaɓi **aikin biyayya ɗaya** da ka riga ka yi—addu'a, kirki, kamewa, da gaskiya.
Yi shi a yau **ba tare da ƙoƙarin inganta shi ba** .
Kawai ka yi shi da aminci.
Sai a yi addu'a:
"Ya Ubangiji, na dogara ga lokacinka."

Addu'a
Uba,
Ka koya mini daraja aminci fiye da sauri. Ka 'yantar da ni daga matsin lamba na gaggawar aikinka. Ka taimake ni in kasance cikin nutsuwa lokacin da girma ya yi jinkiri kuma in yi haƙuri lokacin da ba a ga sakamako ba. Ina amince da kai ka gama abin da ka fara.
Amin.

Sanarwa
Yi wannan da babbar murya:
Ba na gaggawar aikin Allah a rayuwata.
Biyayya tana girma ta hanyar haƙuri. Ina ci gaba da kasancewa da aminci a cikin al'ada. Allah yana kammala aikinsa a lokacinsa. Ina girma cikin ƙarfi, da tushe, da kuma cikakke.

Jajircewa ga Biyayya
A yau, na sadaukar da kai ga **daidaitawar haƙuri** .
Ba zan auna ci gaba da sauri ba ko kuma in yi hukunci kan girma da gani. Ina dogara ga Allah ya kammala aikinsa a cikina.

Gabatarwar Rufewa
Bari yau ta yi jinkiri.

Balaga yana girma a hankali.
Gobe, za mu yi nazari kan **yadda biyayya za ta sake tsara martaninmu ga jaraba—ba ta hanyar gujewa ba, amma ta hanyar tsari** .

.

KWANA NA GOMA

Lokacin da Jarabawa Ta Bayyana Samuwa

Dalilin da Ya Sa Biyayya Ke Canja Yadda Muke Amsawa, Ba Abin da Muke Ki Ba Kawai

NASSOSHI MASU MAFI MUHIMMANCI

- **1 Korintiyawa 10:13** - *Allah mai aminci ne; ba zai bari a jarabce ku fiye da abin da za ku iya jurewa ba.*
- **Yakubu 1:13-15** - *Kowanne mutum yana fuskantar jaraba idan sha'awarsa ta ja shi...*
- **Galatiyawa 5:24-25** - *Waɗanda suke na Almasihu Yesu sun gicciye jiki...*

Karatun Littafi Mai Tsarki (Karanta A Hankali)
"Kowane mutum yana fuskantar jaraba idan sha'awarsa ta jawo shi, ta kuma ruɗe shi."
—Yaƙub 1:14
Ka lura da inda jaraba ta fara.
Ba a waje ba—amma a ciki.

Tunani na Ibada
Sau da yawa ana fahimtar jaraba.
Muna ɗaukarsa a matsayin barazana ta waje—wani abu da za a guje wa, a danne, ko a tsere. Littafi Mai Tsarki ya gabatar da wata gaskiya mai zurfi: jaraba tana bayyana abin da har yanzu ake ƙirƙira a cikinmu. Tana fallasa sha'awa, halaye, da kuma motsin rai da biyayya ke sake tsarawa a hankali.

Kafin **CS Lewis** ya koyi yin magana a sarari game da sauye-sauyen Kirista, ya koyi wannan da kansa. Jarabawa ba ta ɓace ba bayan imani; ta canza hali yayin da biyayya ta zurfafa. Abin da a da yake jin ƙarfi a baya ya rasa ikonsa a hankali—ba ta hanyar gujewa kaɗai ba, amma ta hanyar sake tsara sha'awa. Wannan yana da mahimmanci.
Nasara a kan jaraba ba wai kawai game da ƙarfin zuciya ba ne. Yana game da nufin da aka canza. Yayin da biyayya ke girma, jaraba ba ta cika da firgici ba, amma da haske. Jawowar tana raunana saboda ana juya zuciya.
Jaraba ba yana nufin gazawa ba.
Yana nufin har yanzu ana ci gaba da kafa tsarin.
Littafi Mai Tsarki bai kunyata mu ba idan aka jarabce mu. Yana gayyatarmu mu bincika abin da jaraba ke bayyanawa. Inda sha'awa ba ta ci gaba ba, jaraba tana jin gaggawa. Inda ake sake fasalin sha'awa, jaraba tana jin kamar an fallasa ta.
Rana ta 10 tana gayyatarku da ku daina ɗaukar jaraba a matsayin gaggawa kuma ku fara ganinta a matsayin bayani. Abin da aka jarabce ka da shi yana bayyana abin da har yanzu yake fafatawa don yin biyayya. Kuma wannan sanin ba hukunci ba ne—shiri ne. Allah yana amfani da jarabawa ma don nuna mana inda biyayya take ci gaba da zama tushenta. Wannan sake fasalin yana canza komai.
Maimakon jin tsoron jaraba, muna koyo daga gare ta.
Maimakon ɓoye ta, muna bincika ta. Maimakon faɗa a makance, muna daidaita kanmu da gangan.
Biyayya ba ta sa mu kare kanmu ba.
Tana sa mu kasance masu kulawa.

Gwajin Zuciya

Zauna da waɗannan tambayoyin a hankali.

1. **Waɗanne irin jaraba ne ke sake faruwa a rayuwarka?**
2. **Waɗanne sha'awa ne waɗannan jarabawar ke bayyanawa?**

3. **Ta yaya martaninka ga jaraba ya canza—idan ma haka—tun lokacin da ka fara wannan tafiyar?**

Aikin Yau (Mai Tunani da Tushe)
Aikin yau an yi **nazari a kansa** .
Idan ka lura da jaraba a yau—ƙanana ko babba—ka dakata ka yi tambaya:
"Menene wannan ke bayyana game da abin da har yanzu nake sha'awa?"
Sai a yi addu'a a hankali:
"Ya Ubangiji, ka ci gaba da gyara zuciyata."
Kada ka kunyata kanka.
Kada ka yi gaggawa. Kawai ka koya.

Addu'a
Uba,
Na gode da jaraba ba ta hana ni cancanta ba. Ka koya mini in gan ta a matsayin madubi, ba hukunci ba. Ka bayyana abin da har yanzu yake fafatawa da amincina, kuma ka ci gaba da sake tsara sha'awata ta hanyar biyayya. Ina dogara ga amincinka a cikin kowace jarrabawa. Amin.

Sanarwa
Yi wannan da babbar murya:
Jaraba ba ta bayyana ni ba.
Allah yana ƙirƙirar zuciyata ta hanyar biyayya. Ina tafiya ta Ruhu, ba ta hanyar sha'awa ba. Ana sake fasalin sha'awata ta hanyar gaskiya. Ina girma cikin haske da 'yanci kowace rana.

Jajircewa ga Biyayya
A yau, ina mai da **hankali ga biyayya** .
Ba zan ji tsoron jaraba ko ɓoyewa daga abin da zai bayyana ba. Ina barin Allah ya yi amfani da kowane lokaci don ci gaba da ƙirƙirar zuciyata.

Gabatarwar Rufewa

Ba ka nan a baya.

Ana siffanta ka.

Gobe, za mu binciki **yadda biyayya ke ƙarfafawa ta hanyar al'umma maimakon ware kai.**

RANA TA GOMA SHA ƊAYA

Biyayya Ta Karu A Cikin Al'umma

Me Yasa Ba A Taɓa Yin Tsarin Kafa Ba Don Ya Zama Na Sirri

NASSOSHI MASU MAFI MUHIMMANCI

- **Ibraniyawa 10:24-25** — *Bari mu yi la'akari da yadda za mu motsa junanmu zuwa ga ƙauna da ayyukan alheri.*
- **Mai-Wa'azi 4:9–12** — *Biyu sun fi ɗaya kyau… igiya mai igiya uku ba ta karyewa da sauri.*
- **Misalai 27:17** — *Kamar yadda ƙarfe ke wasa ƙarfe, haka nan mutum ɗaya ke wasa wani.*

Karatun Littafi Mai Tsarki (Karanta A Hankali)
"Bari mu yi tunani yadda za mu motsa junanmu zuwa ga ƙauna da ayyukan alheri."
- Ibraniyawa 10:24
Lura da kalmar " **yi la'akari da ita** .
Al'umma tana buƙatar niyya."

Tunani na Ibada
Ɗaya daga cikin tatsuniyoyi masu natsuwa game da bangaskiyar zamani shine ra'ayin cewa ana iya ci gaba da biyayya shi kaɗai.
Muna daraja sirri. 'Yanci. Ruhaniya ta mutum. Duk da cewa waɗannan na iya zama kyautai, suna iya zama alhaki cikin sauƙi idan suka ware mu daga gyara, ƙarfafawa, da fahimtar juna. Nassosi ba sa taɓa gabatar da biyayya a matsayin aikin kaɗaici. Tsarin, ta hanyar ƙira, abu ne na gama gari.

Kafin **CS Lewis** ya zama sananne ga rubuce-rubucensa na jama'a, biyayyarsa ta ƙaru a cikin abota. Tattaunawa, rashin jituwa, ɗaukar nauyi, da kuma bin gaskiya tare sun tsara imaninsa. Lewis bai isa lokacin da ya girma shi kaɗai ba; an kafa shi tsakanin wasu waɗanda suka ƙalubalanci, suka yi masa tambayoyi, kuma suka yi tafiya tare da shi.
Al'umma tana fallasa wuraren da ba a gani.
Idan aka bari mu kaɗai, muna ba da hujjar jinkiri. Muna daidaita biyayyar da ba ta dace ba. Muna rikitar da gaskiya da daidaito. Al'umma tana katse waɗannan alamu - ba ta hanyar hukunci ba, amma ta hanyar kasancewa. Wasu suna ganin abin da ba za mu iya ba. Suna ambaton abin da muka guje wa. Suna tunatar da mu gaskiya lokacin da ƙudurinmu ya yi rauni.
Wannan ba yana nufin rabawa akai-akai ko kuma tilasta rauni ba. Yana nufin *alkibla ɗaya* . Tafiya zuwa tsakiya ɗaya. Bari rayuwarmu ta kasance sananne don a tsara ta.
Rana ta 11 tana gayyatarku da ku sake duba yadda biyayya take aiki a rayuwarku.
Inda bangaskiya ta kasance a ware, sau da yawa tana zama mai rauni.
Inda aka raba biyayya, tana zama mai juriya.
Al'umma ba ta maye gurbin alhakin da ke kanta ba.
Tana ƙarfafa ta.
Allah yana amfani da wasu don daidaita matakanmu, don gyara kuskurenmu, da kuma tunatar da mu cewa biyayya ba wai kawai nasara ce ta mutum ɗaya ba - shaida ce da aka raba.

Gwajin Zuciya
Zauna da waɗannan tambayoyin a hankali.

1. **A ina kake son ware imaninka daga wasu?**
2. **Yaya yawanci kake amsawa ga gyara ko ƙalubale?**
3. **Wa ya san abin da ya fi dacewa game da rayuwarka don ƙarfafa biyayyarka da gaskiya?**

Aikin Yau (Dangantaka da Niyya)

Aikin yau **haɗin kai ne da gangan** .
Ka tuntuɓi **mutum ɗaya da aka amince da shi** —aboki, mai ba da shawara, ko kuma ɗan'uwa mai bi.
Ba sai ka bayyana komai ba.
Kawai ka faɗi wani abu kamar:
"Ina ƙara yin niyyar daidaita rayuwata. Don Allah a yi mini addu'a."
Bari a ga biyayya , ko da a takaice.

Addu'a
Ya Uba,
ba ka tsara ni in yi tafiya ni kaɗai ba. Ka koya mini in sami ƙarfi ta hanyar al'umma da tawali'u ta hanyar bin gaskiya tare. Ka taimake ni in karɓi ƙarfafawa da gyara a matsayin kyaututtukan da ke kare biyayyata. Na zaɓi haɗi maimakon kaɗaici. Amin.

Sanarwa
Yi wannan da babbar murya:
Ba ni kaɗai aka halicce ni ba.
Allah yana ƙarfafa biyayya ta ta hanyar al'umma. Ina maraba da ƙarfafawa da gyara. Imanina yana ƙaruwa ta hanyar bin gaskiya tare. Ina tafiya cikin daidaito da wasu.

Jajircewa ga Biyayya
A yau, na yi alƙawarin **yin biyayya tare** .
Ba zan ware abin da Allah yake ƙirƙira ba. Na zaɓi haɗi a matsayin kariya ga daidaito.

Gabatarwar Rufewa
Bari yau ta tunatar da ku:
biyayya ba nasara ce ta sirri ba.
Gobe, za mu binciki **yadda biyayya za ta sake fasalin yadda muke magance gazawa da rauni** .

RANA TA SHA BIYU

Lokacin da Biyayya Ta Hadu da Rauni

Yadda Rashin Nasara Ya Zama Wurin Samarwa

NASSOSHI MASU MAFI MUHIMMANCI

- **2 Korintiyawa 12:9-10** — *Alherina ya isa a gare ka, domin ikona ya cika a cikin rauni.*
- **Zabura 51:16-17** — *Zuciya mai karyayyiya da ta tuba, Ya Allah, ba za ka raina ba.*
- **Misalai 24:16** - *Ko da yake masu adalci sun fadi sau bakwai, amma sun sake tashi.*

Karatun Littafi Mai Tsarki (Karanta A Hankali)
"Alherina ya isa a gare ka,
gama ikona yana cika a cikin rauni."
—2 Korintiyawa 12:9
Ka dakata.
Ka lura cewa alheri yana hadùwa da rauni—ba ƙarfi ba.

Tunani na Ibada
Ɗaya daga cikin mummunan rashin fahimta game da biyayya shine imani cewa gazawa yana hana mu cancanta.
Mutane da yawa masu imani suna ɗauka cewa biyayya dole ne ta kasance ba tare da katsewa ba don ta zama ta gaske.
Lokacin da rauni ya bayyana—lokacin da ƙuduri ya gaza,

lokacin da jaraba ta yi nasara, lokacin da daidaito ya zame—muna ja da baya cikin kunya. Muna fassara gazawa a matsayin shaida cewa tsari ya tsaya.
Littafi Mai Tsarki ya ba da labari daban.
Kafin ya zama amintaccen muryar Kirista, **CS Lewis** ya koyi cewa rauni bai kawo ƙarshen biyayya ba—ya bayyana inda alheri ke ci gaba da samar da shi. Kiristanci, kamar yadda Lewis ya fahimta, ba ya dogara ne akan daidaitonmu ba amma akan amincin Allah. Biyayya ba ta dorewa ta ƙarfi kaɗai; tana dorewa ta hanyar *komawa* .
Rashin nasara yana fallasa abin da ya rage ba tare da an gyara ba.
Yana nuna mana inda dogaro da kai har yanzu yake aiki, inda har yanzu ake buƙatar tawali'u, inda har yanzu ba a karɓi alheri gaba ɗaya ba. Allah ba ya amfani da gazawa don hukunta mu. Yana amfani da shi don ya jawo ƙarin dogaro. Shi ya sa Littafi Mai Tsarki ya yi magana da gaske game da faɗuwa.
Masu adalci sun faɗi—ba sau ɗaya ba, amma akai-akai. Abin da ke bambanta su ba cikakke ba ne, amma martani. Suna tashi kuma domin alheri yana dawo da abin da girman kai zai bari.
Rana ta 12 tana gayyatarku ku sake tsara rauni.
Rauni ba hujja ba ce cewa biyayya ba ta yiwuwa.
Shaida ce cewa dole ne a ci gaba da biyayya ta hanyar alheri.
Idan muka ɓoye gazawa, biyayya za ta zama mai amfani.
Idan muka kawo gazawa cikin haske, biyayya za ta zama gaskiya.
Lewis ya fahimci cewa Kiristanci ba ya haifar da mutane marasa aibi. Yana haifar da waɗanda suka tuba. Mutanen da ba sa kare rauninsu, amma suna miƙa wuya. Mutanen da ba sa yin kamar suna da ƙarfi, amma suna koyon dogaro ga alheri.
Wannan shine yadda biyayya ke zurfafa.
Ba ta hanyar guje wa rauni ba,
amma ta hanyar saduwa da shi da tawali'u.

Gwajin Zuciya

Zauna da waɗannan tambayoyin a hankali.

1. **Yaya yawanci kake amsawa idan ka kasa yin abin da ya dace?**

   Da kunya, ƙin yarda, ƙuduri—ko kuma komawa baya?
2. **Wane rauni ne a rayuwarka ya fi sa ka karaya a yanzu?**
3. **Ta yaya Allah zai yi maka gayyata ka dogara ga alheri fiye da ƙoƙari?**

Aikin Yau (Mai Gyara da Gaskiya)

Aikin yau shine **dawowa** .

Gano **wani gazawa ko yanki na rauni na baya-bayan nan** — ƙarami ko babba.

Ka gabatar da shi ga Allah a sarari.

Babu wani bayani. Babu kariya.

Kawai ka yi addu'a:

"Ya Ubangiji, zan dawo gare ka a nan."

Sai ka huta.

Addu'a

Ya Uba,

ina kawo maka raunina ba tare da ɓoyewa ba. Ina bayyana buƙatar bayyana ƙarfi da kuma samun isasshen alherinka. Ka koya mini dawowa da sauri da kuma amincewa da cewa kana samar da ni ko da a inda nake jin rauni sosai. Ina dogara gare Ka. Amin.

Sanarwa

Yi wannan da babbar murya:

Alherin Allah yana tare da ni cikin rauni.

Rashin nasara ba ya hana ni yin biyayya. Ina komawa da sauri da gaskiya ga Allah. Rayuwata tana samuwa ta hanyar alheri, ba cikakke ba. Ina tashi kuma ta hanyar ƙarfin Allah.

Jajircewa ga Biyayya

A yau, ina sadaukar da kaina ga **biyayya mai cike da alheri** . Ba zan ɓoye raunina ko in bar daidaito ba idan na faɗi. Na zaɓi tawali'u, dawowa, da amincewa.

Gabatarwar Rufewa

Ba ka gama ba.

Ana samar da kai.

Gobe, za mu binciki **yadda biyayya ke sake fasalin asalinmu—ba a matsayin waɗanda suka yi nasara ba, amma a matsayin 'ya'ya maza da mata** .

Rana ta Goma Sha Uku

Daga Nasara zuwa Ganewa

Dalilin da Yasa Biyayya Take Zuwa Daga Wanene Kai

NASSOSHI MASU MAFI MUHIMMANCI

- **Romawa 8:15-16** - *Kun karɓi Ruhun ɗabi'a...*
- **Yahaya 1:12–13** — *Ga duk waɗanda suka karɓe shi… Ya ba su ikon zama 'ya'yan Allah.*
- **Galatiyawa 4:6-7** - *Domin ku 'ya'ya ne, Allah ya aiko da Ruhun Ɗansa a cikin zukatanmu...*

Karatun Littafi Mai Tsarki (Karanta A Hankali)
"Ba ku karɓi ruhun da zai sake mayar da ku bawa ga tsoro ba, amma kun karɓi Ruhun 'ya'ya."
- Romawa 8:15
Ka lura da abin da biyayya *ba* ta samo asali ba: tsoro.

Tunani na Ibada
Ɗaya daga cikin abubuwan da suka fi ɓata wa biyayya rai shi ne lokacin da aka samu nasara maimakon asali.
Idan biyayya ta samu ƙarfi ta hanyar nasara, muna ƙoƙarin samun amincewa. Muna biyayya don tabbatar da gaskiya, don tabbatar da imani, ko kuma don rashin tsaro. Wannan nau'in biyayya yana da rauni. Ya dogara da aiki kuma yana durƙushewa ƙarƙashin gazawa.
Littafi Mai Tsarki ya gabatar da wani tushe daban.
Biyayya ta fi fitowa daga dabi'a daga **kasancewa tare** .
Kafin **CS Lewis** ya bayyana koyarwar Kirista a sarari, dole ne ya kawar da wani zato mai zurfi: cewa bangaskiya wani abu ne da za a samu ta hanyar daidaito ko ƙoƙari. Ya gano cewa

Kiristanci ba ya ɗaukar waɗanda suka yi nasara—yana ɗaukar yara.
Wannan yana canza komai.
Yara ba sa yin biyayya don zama iyali.
Suna yin biyayya domin sun riga sun zama nasu.
Idan asali ya riga ya yi biyayya, sai yanayin ya canza. Ba ma yin biyayya don tabbatar da karɓar Allah; muna yin biyayya ne domin muna rayuwa a cikinsa. Tsoro yana sassauta riƙonsa. Aiki yana rasa ƙarfinsa. Biyayya ta zama martani maimakon buƙata.
Wannan bai sanya biyayya ta zama zaɓi ba.
Yana mai da ita dangantaka.
Rana ta 13 tana gayyatarku ku duba abin da ke motsa biyayyarku.
Idan biyayya ta ji nauyi, to wataƙila saboda ƙoƙarin kai ne ya ƙarfafa ta maimakon ɗa. Idan gazawa ta haifar da kunya maimakon dawowa, har yanzu ana iya danganta asalin mutum da aiki.
Allah ba ya motsa biyayya ta hanyar barazana.
Yana gina ta ta hanyar ƙauna.
Idan aka tabbatar da asalin mutum, biyayya za ta ƙara 'yanci.
Ba ma ƙoƙarin samun matsayi ba—muna koyon yadda ake rayuwa daga mutum ɗaya.

Gwajin Zuciya

Zauna da waɗannan tambayoyin a hankali.

1. **Me ya fi motsa biyayyarka—tsoro, aiki, godiya, ko kasancewa tare da kai?**
2. **Ta yaya kake mayar da martani a cikin gida idan ka gaza - shin kana tambayar darajarka ko kuma komawarka tun kana yaro?**
3. **Me zai canza idan biyayya ta fito daga asali maimakon aiki?**

Aikin Yau (Samar da Shaida)

Aikin yau yana **karɓa** .

Nemi lokaci mai natsuwa kuma ka yi wannan magana a hankali:
"Ni na Allah ne."
Maimaita shi sau uku.
Bari ya yi zurfi a kowane lokaci.
Kada ka ƙara bayani.
Kawai ka karɓa.

Addu'a
Uba,
Na gode maka da ba ka kira ni don in sami ƙaunarka ba. Na gode maka da ni naka ne. Ka warkar da wuraren da na yi biyayya saboda tsoro ko aiki. Ka koya mini biyayya da ke fitowa daga asali—tsaro, ƙauna, kuma kyauta. Na karɓi matsayi na a matsayin ɗanka. Amin.

Sanarwa
Yi wannan da babbar murya:
Ni ɗan Allah ne.
Biyayya tana fitowa daga kasancewa tare da mutane, ba tsoro ba. Ba na ƙoƙarin samun amincewa - ina rayuwa daga gare ta. Asalina yana da aminci cikin Almasihu. Ina biyayya kamar wanda ake ƙauna.

Jajircewa ga Biyayya
A yau, na sadaukar da kaina ga **biyayyar da ta samo asali daga asali** .
Na saki bangaskiyar da ke kan aiki kuma na karɓi matsayina a matsayin ɗan Allah. Na zaɓi in rayu in yi biyayya daga kasancewa tare da shi.

Gabatarwar Rufewa
Bari yau ta kasance mai tawali'u.
Mutum yana daidaita a hankali,
amma da zarar ya daidaita, yana riƙe biyayya sosai.

Gobe, za mu binciki **yadda biyayya za ta sake fasalta fahimtarmu game da 'yanci—ba a matsayin 'yancin kai ba, amma a matsayin daidaito .**

RANA TA GOMA SHA HUƊU

'Yanci Ta Hanyar Daidaitawa

Me Ya Sa Biyayya Ba Ta Takura Maka Ba

NASSOSHI MASU MAFI MUHIMMANCI

- **Yahaya 8:31-36** — *Gaskiya za ta 'yantar da ku.*
- **Romawa 6:16-18** - *An 'yantar da ku daga zunubi kuma kun zama bayin adalci.*
- **Zabura 119:45** - *Zan yi tafiya cikin 'yanci, Gama na biɗi umarnanka.*

Karatun Littafi Mai Tsarki (Karanta A Hankali)
"Idan Ɗan ya 'yantar da ku, za ku 'yantu da gaske."
- Yohanna 8:36
Dakata.
Lura da **wanda** ya bayyana 'yanci.

Tunani na Ibada
Al'adar zamani sau da yawa tana bayyana 'yanci a matsayin **jagorancin kai** .
An gaya mana cewa samun 'yanci shine kada mu amsa wa kowa, mu bi sha'awarmu ba tare da tsangwama ba, mu ci gaba da kasancewa ba tare da iko ba. Duk da haka, Nassosi yana ba da hangen nesa daban-daban. Ba a samun 'yanci a cikin 'yancin kai - ana samunsa a cikin **daidaito** .
Kafin **CS Lewis** ya rungumi addinin Kiristanci gaba ɗaya, ɗaya daga cikin manyan fargabarsa ita ce biyayya za ta takura masa. Ya ɗauka cewa mika wuya zai rage masa rayuwa, ya takaita farin cikinsa, kuma ya takura masa. Abin da ya gano

akasin haka ne: mulkin kai bai 'yantar da shi ba—ya wargaza shi.
Rashin daidaito koyaushe yana haifar da matsala.
Rayuwa da ba ta da alaƙa da ainihin zuciyarta dole ne ta yi aiki tuƙuru don ta ci gaba da rayuwa. Sha'awa tana jawo hankalin al'ummomi masu karo da juna. Zaɓuka suna haifar da rikici.
'Yanci yana alƙawarin 'yanci amma yana samar da rashin natsuwa.
Yesu ya fallasa wannan ruɗani kai tsaye. Ya koyar da cewa 'yanci ba ya zuwa daga cire iko, amma daga miƙa wuya ga wanda ya dace. Gaskiya ba ta takura mu ba—tana 'yantar da mu daga abin da ke bautar da mu.
Rana ta 14 tana gayyatarku ku duba ma'anar 'yanci a rayuwarku.
Inda biyayya ta ji kamar takura, yana iya zama saboda ba a amince da daidaito ba tukuna. Inda 'yancin kai ya ji 'yanci, yana iya zama saboda ba a ƙidaya farashinsa ba tukuna.
'Yanci ba rashin iyaka ba ne,
kasancewar manufa ce.
Idan biyayya ta daidaita mu da tsarin Allah, juriya za ta shuɗe. Zaɓuka suna bayyana. Sha'awa tana daidaita. Zaman lafiya yana bayyana—ba wai don ƙoƙari ya daina ba, amma saboda rayuwa ta kasance a kan abin da yake gaskiya.
Wannan shine alkawuran 'yanci da Nassosi suka yi.
Ba 'yancin yin komai ba,
amma 'yancin zama wanda aka halicce ka ka zama.

Gwajin Zuciya

Zauna da waɗannan tambayoyin a hankali.

1. **Ta yaya ka saba ayyana 'yanci a rayuwarka?**
2. **Ina 'yancin kai ya kawo rashin natsuwa maimakon zaman lafiya?**
3. **Me zai iya daidaita da gaskiyar Allah ya sa ya yiwu a yi ja-gorar kai ba tare da an yi ba?**

Aikin Yau (Sake Tsarin 'Yanci)

Aikin yau shine **sake fasalta shi** .
Zaɓi **wani yanki** inda biyayya ta yi kama da takura.
Yi addu'a a hankali:
"Ya Ubangiji, ka nuna mini yadda daidaito a nan ke haifar da 'yanci."
Kada ka yi jayayya da juriya.
Kawai ka nemi ganin ido.

Addu'a
Uba,
na yarda cewa sau da yawa nakan daidaita 'yanci da iko. Ka koya mini fahimtar 'yanci a matsayin daidaitawa da gaskiya. Ka 'yantar da ni daga wahalar mulkin kai, ka kuma kai ni cikin kwanciyar hankali na biyayya. Ina amincewa da tsarinka ga rayuwata. Amin.

Sanarwa
Yi wannan da babbar murya:
Ana samun 'yanci cikin jituwa da Allah.
Biyayya ba ta takura ni ba—tana dawo da ni. Ina tafiya cikin gaskiya, ba 'yancin kai ba. Rayuwata tana cikin tsari bisa ga abin da yake na gaske. Hakika ni 'yanci ne.

Jajircewa ga Biyayya
A yau, na yi alƙawarin **amincewa da ma'anar 'yanci da Allah ya ba ni** .
Ina bayyana rufani cewa 'yancin kai yana kawo rai kuma na zaɓi daidaitawa a matsayin hanyar zuwa zaman lafiya.

Gabatarwar Rufewa
Bari wannan rana ta sake saita zato
Ba a rasa 'yanci ta hanyar biyayya.
Ana gano shi a can.
Gobe, za mu binciki **yadda biyayya za ta sake tsara dangantakarmu da lokaci, haƙuri, da jira** .

RANA TA GOMA SHA BIYAR

Koyon Tafiyar Allah

Dalilin da Ya Sa Biyayya Ta Sake Fasalta Yadda Muke Jira

NASSOSHI MASU MAFI MUHIMMANCI

- **Mai-Wa'azi 3: 1** - *Akwai lokaci ga komai...*
- **Ishaya 40:31** - *Waɗanda ke jiran Ubangiji za su sabunta ƙarfinsu.*
- **Zabura 27:14** - *Jira ga Ubangiji; ka ƙarfafa, ka bar zuciyarka ta yi ƙarfin hali.*

Karatun Littafi Mai Tsarki (Karanta A Hankali)
"Waɗanda ke jiran Ubangiji za su sabunta ƙarfinsu."
- Ishaya 40:31
Dakata.
Lura cewa jira ba aiki ne mai sauƙi ba—yana da alaƙa.

Tunani na Ibada
Ɗaya daga cikin mafi wahalar gyara da ake buƙata don biyayya shine canjin **saurin** .
Mun saba da gaggawa. Muna kwatanta aminci da sauri kuma muna ɗauka cewa biyayya ya kamata ta samar da sakamako mai ganuwa da sauri. Idan ci gaba ya yi jinkiri, sai mu rasa natsuwa. Idan amsoshi suka yi jinkiri, sai mu yi tambaya game da daidaito.
Littafi Mai Tsarki ya nuna wani yanayi daban.
Kafin **CS Lewis** ya sami sakamako mai ɗorewa ta hanyar rubuce-rubucensa da shaida, yawancin biyayyarsa ta bayyana a hankali - ta hanyar jira, haƙuri, da shiri mara gani. Tsarinsa bai bi gaggawa ba; ya biyo bayan *lokaci* .

Jira cikin Nassosi ba rashin aiki ba ne.
Amincewa ce mai kyau .
Jiran Ubangiji ba wai dakatar da rayuwa bane—yana nufin ci gaba da kasancewa cikin daidaito yayin da Allah ke aiki fiye da yadda muke gani. Jira yana koya mana mu saki iko kan sakamako da kuma amincewa da manufofin Allah ko da lokacin da haske ya bayyana a hankali.
Wannan yana ƙalubalantar mu sosai.
Muna son biyayya ta hanzarta ci gaba.
Allah yana amfani da biyayya don **daidaita** mu.
Rana ta 15 tana gayyatarku da ku sake tunani game da rashin haƙuri—ba a matsayin halin mutum ba, amma a matsayin matsayi na ruhaniya. Inda rashin haƙuri ya mamaye, sau da yawa aminci yana raguwa. Inda haƙuri ya girma, biyayya takan girma.
Jira yana bayyana abin da muka fi dogara da shi.
Idan muka dogara ga sakamako, jira yana ɓata mana rai.
Idan muka dogara ga Allah, jira yana ƙarfafa mu.
Biyayya tana sake tsara lokaci ta hanyar koya mana mu kasance masu aminci ba tare da buƙatar gaggawa ba. Tana samar da juriya—kwarin gwiwa mai natsuwa cewa aikin Allah ba ya buƙatar matsin lamba don ya yi tasiri.
Nan ne ake sabunta ƙarfi.
Ba ta hanyar gudu ba,
amma ta hanyar daidaitawa mai kyau.

Gwajin Zuciya

Zauna da waɗannan tambayoyin a hankali.

1. **Ina kake jin rashin haƙuri a rayuwarka ta ruhaniya a yanzu?**
2. **Yaya kake amsawa idan lokacin Allah ya bambanta da tsammaninka?**
3. **Me Allah zai iya ƙirƙira a cikinka ta hanyar jira wanda gudun ba zai iya samarwa ba?**

Aikin Yau (Daidaita Marasa Lafiya)
Aikin yau **ba tare da gaggawa ba shine amincewa** .
Zaɓi **wani yanki** inda kake jin sha'awar yin gaggawar ci gaba.
Yi addu'a a hankali:
"Ya Ubangiji, na amince da lokacinka a nan."
Kada ku sake duba batun a yau.
Ku bar shi ya huta.

Addu'a
Ya Uba,
Ka koya mini in jira ba tare da ja da baya ba kuma in yi imani ba tare da iko ba. Ka sabunta ƙarfina yayin da nake ci gaba da kasancewa tare da Kai. Ka 'yantar da ni daga gaggawar da ke damun bangaskiyata kuma ka samar da haƙuri wanda ke zurfafa biyayya. Ina hutawa cikin lokacinka. Amin.

Sanarwa
Yi wannan da babbar murya:
Ina dogara ga lokacin da Allah zai yi mini.
Jira ba ya raunana biyayyata—yana ƙarfafa ta. Ina ci gaba da kasancewa cikin shiri ba tare da gaggawa ba. Allah yana aiki fiye da abin da zan iya gani. Karfina yana sabuntawa yayin da nake jiran Ubangiji.

Jajircewa ga Biyayya
A yau, na kuduri aniyar **yin biyayya ga haƙuri** .
Ina sakin buƙatar hanzarta aikin Allah kuma in zaɓi daidaito mai kyau maimakon gaggawa.

Gabatarwar Rufewa
Bari yau ta rage maka hankali.
Jira ba jinkiri ba ne.
Tsarin aiki ne.

Gobe, za mu binciki **yadda biyayya za ta sake fasalin yadda muke tafiyar da iko, tasiri, da kuma alhakinmu** .

RANA TA GOMA SHA SHIDA

An Sake Tsarin Iko ta Hanyar Biyayya

Dalilin da Ya Sa Ake Samun Tasiri Kafin A Ba Shi Amana

NASSOSHI MASU MAFI MUHIMMANCI

- **Luka 22:25-27** - *Wanda ya fi girma a cikinku ya kamata ya zama kamar ƙarami...*
- **Matiyu 20:26-28** - *Duk wanda yake son zama babba a cikinku, dole ne ya zama bawanku.*
- **1 Bitrus 5:2-3** — *Ba ku nuna iko a kan waɗanda aka ba ku amana ba, amma ku zama misali…*

Karatun Littafi Mai Tsarki (Karanta A Hankali)
"Ni ma ina cikinku kamar wanda ke hidima."
- Luka 22:27
Ka lura da yadda Yesu ya bayyana iko.

Tunani na Ibada
Abubuwa kaɗan ne ke gwada biyayya kamar **tasiri** .
Iko yana ƙara abin da ke cikin zuciya. Idan biyayya ba ta sake fasalin manufarmu ba, tasiri zai fallasa su. Nassosi a kai a kai suna bayyana cewa Allah ba ya fara tambayar *abin da* za mu iya yi ba—Yana samar da *wanda* muke kafin ya ba da alhakin. Kafin **CS Lewis** ya ɗauki tasirin jama'a, biyayyarsa ta riga ta kasance bisa ga tawali'u. Lokacin da aka zo da girmamawa, ba

ta bayyana shi ba saboda biyayya ta riga ta sa shi ya yi nasara. Ikonsa ya fito ne daga hidima, ba girman kai ba.
Wannan ya saɓa wa al'ada.
Sau da yawa muna neman tasiri a matsayin tabbatarwa. Muna ɗaukar alhakin yana tabbatar da balaga. Duk da haka Nassosi yana juya tsari: balaga yana gaba da alhakin. Biyayya tana sake fasalin fahimtarmu game da iko ta hanyar koya mana mu riƙe shi da sauƙi kuma mu kula da shi da aminci.
Iko ba tare da biyayya ba yana zama iko.
Ikon da biyayya ta tsara ya zama kulawa.
Rana ta 16 tana gayyatarku da ku duba yadda kuke hulɗa da tasiri—ko babba ko ƙarami. Jagoranci a cikin Littafi Mai Tsarki ba game da matsayi ba ne; yana game da matsayi ne. Iko ba game da a lura da shi ba ne; yana game da zama abin dogaro.
Biyayya tana horar da mu mu jagoranci ba tare da kamawa ba, mu yi hidima ba tare da yin aiki ba, kuma mu ɗauki nauyi ba tare da cancanta ba. Yana kawar da buƙatar a gan mu kuma ya maye gurbinsa da sha'awar yin aminci.
Haka Allah yake kare mu da kuma waɗanda muke bauta wa.

Gwajin Zuciya

Zauna da waɗannan tambayoyin a hankali.

1. **Yaya yawanci kake mayar da martani ga alhaki ko tasiri?**
2. **Waɗanne dalilai ne ke bayyana idan aka ba ka iko—iko, tsoro, hidima, ko tawali'u?**
3. **Ina Allah zai iya tsara halinka kafin ya faɗaɗa tasirinka?**

Aikin Yau (Daidaita Sabis)

Aikin yau shine **yin hidima cikin natsuwa** .
Zaɓi **ɗaya daga cikin nauyin** da kake ɗauka—a wurin aiki, a gida, a coci, ko a cikin al'umma.
Cika shi a yau **ba tare da tabbatar da iko ko neman amincewa ba** .

Yi hidima da kyau.
Saki buƙatar a lura da kai.

Addu'a

Ya Uba,

Ka koya mini ɗaukar nauyi da tawali'u. Ka ƙirƙiri zuciyata kafin ka faɗaɗa tasirina. Ka tsare ni daga amfani da iko don sarrafa ni da kuma siffanta ni don in yi hidima da aminci. Ina amincewa da Kai ka ba ni amanar abin da nake shirye in yi. Amin.

Sanarwa

Yi wannan da babbar murya:
Allah ne ke samar da hali na kafin tasirina.
Ina jagorantar ta hanyar hidima, ba ta hanyar iko ba. Biyayya tana sake tsara yadda nake ɗaukar nauyi. Ina kula da iko da tawali'u da kulawa. Ina hidima kamar yadda Kristi ya yi hidima.

Jajircewa ga Biyayya

A yau, na sadaukar da kaina ga **biyayya ga shugabanci** .
Ina sakin buƙatar amincewa kuma na zaɓi aminci a cikin alhakin.

Gabatarwar Rufewa

Bari yau ta ƙarfafa ka.
Tasiri yana ƙara aminci
lokacin da biyayya ta jagoranci hanya.
Gobe, za mu binciki **yadda biyayya za ta sake tsara dangantakarmu da gaskiya—ba kamar bayani ba, amma kamar tsari** .

RANA TA GOMA SHA BAKWAI

Lokacin da Gaskiya Ta Bukaci Biyayya

Dalilin da yasa Sanin Ba Ya Kama da Kafawa

NASSOSHI MASU MAFI MUHIMMANCI

- **Yahaya 17:17** - *Tsarkake su da gaskiya; Maganarka gaskiya ce.*
- **Yakubu 1:22-25** - *Kada ku saurari maganar kawai, ku yaudari kanku.*
- **2 Timothawus 3:16-17** - *Duk nassosi hurarre ne daga Allah kuma suna da amfani...*

Karatun Littafi Mai Tsarki (Karanta A Hankali)
"Kada ku saurari maganar kawai, ku yaudari kanku.
Ku yi abin da ta faɗa."
- Yaƙub 1:22
Ka dakata.
Ka lura cewa yaudarar kai ba ta fito daga jahilci ba—amma daga nisan da ke tsakanin sani da aikatawa.

Tunani na Ibada
Ɗaya daga cikin manyan cikas ga biyayya shine **saba da gaskiya** .
Muna rayuwa ne a zamanin da ke cike da bayanai. Wa'azi yana da sauƙin samu. Nassosi ana iya bincika su. Fahimta tana da yawa. Duk da haka, Nassosi sun yi gargaɗin cewa sanin gaskiya ba tare da biyayya ba zai iya ruɗe mu mu yi tunanin cewa yana faruwa ne lokacin da ba haka ba.

Gaskiya, a cikin Littafi Mai Tsarki, ba ta taɓa zama tsaka-tsaki ba.
Ko dai yana siffanta mu—ko kuma yana fallasa mu.
Kafin **CS Lewis** ya zama sananne da bayyana Kiristanci a sarari, ya yi fama da wata jaraba mai haɗari: ɗaukar gaskiya a matsayin abin nazari maimakon abin da za a yi biyayya da shi.
Karfin iliminsa zai iya zama mafaka daga miƙa wuya. Madadin haka, gaskiya ta tunkare shi.
Wannan shine dalilin da yasa Kiristanci ya kasance mai wahala.
Bai bar masu karatu su ci gaba da lura ba. Yana nace cewa gaskiya tana yin da'awa bisa ga nufinta, ba kawai a zuciya ba.
Lewis ya fahimci cewa Kiristanci ba ya buƙatar mu *yarda* - yana buƙatar mu *yarda* .
Sau da yawa muna ɗauka cewa gaskiya za ta canza mu kai tsaye da zarar an fahimce ta. Nassosi ba sa jituwa. Sauya hali yana buƙatar amsawa. Dole ne a yi maraba da gaskiya, a yi aiki da ita, kuma a yi ta a cikinta don yin aikinta.
Rana ta 17 tana gayyatarku ku duba yadda gaskiya ke aiki a rayuwarku.
Inda ake yaba gaskiya amma ba a yi amfani da ita ba, samuwar ta tsaya cak.
Inda ake bin gaskiya, ko da ba a cika ba, samuwar ta zurfafa.
Biyayya ba ƙari ba ce ga gaskiya.
Ita ce manufar gaskiya.
Allah ba ya bayyana gaskiya don ya burge mu.
Yana bayyana ta ne don ya sake halittarmu.

Gwajin Zuciya

Zauna da waɗannan tambayoyin a hankali.

1. **Ina gaskiya ta zama sanannu amma ba ta da tushe a rayuwarka?**
2. **Waɗanne gaskiya ne ka fahimta a sarari amma kana fama da yin biyayya akai-akai?**
3. **Ta yaya biyayya za ta iya zurfafa dangantakarka da gaskiya maimakon iyakance ta?**

Aikin Yau (Gaskiya a Aiki)
Aikin yau **gaskiya ne** .
Gano **gaskiya ɗaya** da ka riga ka sani sosai—game da gafara, tawali'u, haƙuri, gaskiya, ko ƙauna.
Yi shi **sau ɗaya a yau ta hanyar da ta dace** .
Bari gaskiya ta motsa daga ra'ayi zuwa aiki.

Addu'a
Ya Uba,
Ka cece ni daga sanin gaskiya ba tare da rayuwa da ita ba. Bari Kalmarka ta tsara zaɓena, ba kawai tunanina ba. Ka koya mini in maraba da gaskiya a matsayin ikon ƙirƙira, ba kawai ra'ayin da zan yaba ba. Ina mika kaina ga abin da Ka bayyana. Amin.

Sanarwa
Yi wannan da babbar murya:
Gaskiyar Allah ce ke samar da rayuwata.
Ba wai kawai ina ji ba—ina biyayya. Gaskiya tana sake tsara ayyukana da sha'awata. Ina mika wa abin da aka bayyana mini. Gaskiya tana tsarkake ni.

Jajircewa ga Biyayya
A yau, ina sadaukar da kai ga **biyayya mai siffar gaskiya** .
Ba zan raba fahimta da aiki ba. Na zaɓi in rayu abin da na sani.

Gabatarwar Rufewa
Gaskiya ba ta cika ba sai an rayu.
Gobe, za mu binciki **yadda biyayya za ta sake tsara dangantakarmu da wahala—ba kamar hukunci ba, amma a matsayin shiga tsakani** .

RANA TA GOMA SHA TAKWAS

Lokacin da Biyayya Ta Hadu da Wahala

Me Yasa Zafi Zai Iya Zama Wurin Shiga

NASSOSHI MASU MAFI MUHIMMANCI

- **1 Bitrus 4:12-13** — *Ku yi farin ciki gwargwadon yadda kuke raba wahalhalun Almasihu…*
- **Romawa 8:17-18** — *Muna tare da shi cikin wahalhalunsa domin mu ma mu sami rabo cikin ɗaukakarsa.*
- **2 Korintiyawa 4:16–17** — *Waɗannan ƙananan matsaloli na ɗan lokaci suna kawo mana ɗaukaka ta har abada…*

Karatun Littafi Mai Tsarki (Karanta A Hankali)
"Kada ku yi mamakin jaraba mai zafi da ta same ku don ta gwada ku."
- 1 Bitrus 4:12
Lura da kalmar **shiga** , ba hukunci ba.

Tunani na Ibada
Abubuwa kaɗan ne ke kawo cikas ga biyayya kamar wahala. Idan wahala ta shiga rayuwarmu, muna tambayar *dalili cikin ɗabi'a* . Muna neman bayani, dalilai, ko kurakurai. Muna ɗauka cewa wahala dole ne ta nuna wani abu ya ɓace—ko dai tare da mu ko tare da Allah. Nassosi suna ba da gaskiya mai zurfi da bege: wahala ba koyaushe take juyawa daga biyayya ba; wani lokacin ita ce **ƙasa da** dole ne biyayya ta ratsa.
Kafin **CS Lewis** ya yi magana a fili game da wahalar Kirista, ya rayu da ita. Bai mayar da zafi kamar soyayya ko rage

farashinsa ba. Lewis ya amince da shan wahala a matsayin ɗaya daga cikin ƙalubale mafi girma ga imani - duk da haka, ya zo ya gan ta a matsayin wurin da biyayya ta zama gaskiya.
Wahala tana bayyana abin da biyayya ta dogara a kai.
Idan biyayya ta hanyar ciniki ce, to wahala tana jin rashin adalci.
Idan biyayya ta hanyar dangantaka ce, to wahala ta zama wurin amincewa.
Littafi Mai Tsarki bai yi alƙawarin keɓewa daga ciwo ba. Yana alƙawarin kasancewa a cikinsa. Yin tarayya cikin wahalar Kristi ba neman ciwo ba ne, amma ci gaba da kasancewa tare da Allah ko da lokacin da biyayya ta kai ga asara, rashin fahimta, ko juriya.
Wannan yana sake fasalin wahala gaba ɗaya.
Wahala ba shaida ce ta barin mutum ba.
Sau da yawa shaida ce ta kusanci.
Rana ta 18 tana gayyatarka ka yi la'akari da yadda kake mayar da martani idan biyayya ta zama mai tsada. Shin kana ja da baya? Kana yin shawarwari? Ko kuma kana ci gaba da kasancewa a wurin, kana da yakinin cewa Allah yana aiki ko da kuwa babu haske?
Wahala tana kawar da biyayya daga ruɗani. Tana kawar da aiki kuma tana fallasa dalili. Abin da ya rage shi ne ko dai ƙiyayya—ko kuma miƙa wuya.
Kristi ya zaɓi biyayya har ma da wahala, ba don azaba tana da kyau ba, amma saboda ƙauna ta fi girma. Kuma ta hanyar bin sa, an gayyace mu cikin wannan yanayin—ba a matsayin waɗanda abin ya shafa ba, amma a matsayin mahalarta.

Gwajin Zuciya

Zauna da waɗannan tambayoyin a hankali.

1. **Yaya yawanci kake fassara wahala a rayuwarka ta ruhaniya?**
2. **Ina ciwo ya ƙalubalanci amincewarka ko biyayyarka kwanan nan?**

3. **Me zai iya nufi a ci gaba da kasancewa tare da Allah ko da ba tare da amsoshi ba?**

Aikin Yau (Kasancewa Cikin Zafi)
Aikin yau yana **nan a wurin** .
Gano **wani yanki na rashin jin daɗi, baƙin ciki, ko wahala** da za ka iya guje wa ko kuma ka yi gaggawar wucewa.
Kada ka warware shi a yau.
Kada ka mayar da shi abin ruhi.
Kawai ka yi addu'a:
"Ya Ubangiji, ina tare da kai a nan."
Ka kasance a wurin na ɗan lokaci kaɗan.

Addu'a
Ya Uba,
ban fahimci duk wahalar da nake sha ba, amma ina da yakinin cewa kana cikinta. Ka koya mini biyayya wadda ba ta ja da baya idan zafi ya taso. Ka taimake ni in kasance tare da kai ko da lokacin da aka jinkirta fahimta. Ina raba raunin da nake da shi da kai. Amin.

Sanarwa
Yi wannan da babbar murya:
Wahala ba ta raba ni da Allah ba.
Ina ci gaba da kasancewa cikin daidaito ko da a cikin wahala. Biyayya tana nan a duk lokacin da nake cikin wahala. Ina shiga cikin rayuwar Almasihu kuma ina amincewa da aikinsa. Allah yana tare da ni a nan.

Jajircewa ga Biyayya
A yau, ina da alƙawarin **yin biyayya da ta kasance a wurin** . Ba zan bar daidaito ba lokacin da wahala ke ƙalubalantar fahimtata. Ina amincewa da kasancewar Allah a kowane lokaci.

Gabatarwar Rufewa

Kada ka yi gaggawar wucewa yau.
Wahala tana samar da zurfin
da ta'aziyya ba za ta iya yi ba.
Gobe, za mu binciki **yadda biyayya za ta sake fasalta fahimtarmu game da bege—ba kamar kyakkyawan fata ba, amma kamar juriya** .

RANA TA GOMA SHA TARA

Fatan Da Ya Daɗe

Dalilin da Ya Sa Bege na Kirista Ya Fi Karfin Fata

NASSOSHI MASU MAFI MUHIMMANCI

- **Romawa 5:3–5** — *Wahala tana haifar da juriya; juriya, hali; da kuma hali, bege.*
- **Ibraniyawa 6:19** - *Muna da wannan bege a matsayin anga ga rai, mai ƙarfi da aminci.*
- **Makoki 3:31–33** — *Ko da yake yana kawo baƙin ciki, zai nuna tausayi…*

Karatun Littafi Mai Tsarki (Karanta A Hankali)
"Muna da wannan bege a matsayin anka ga rai,
mai ƙarfi da aminci."
- Ibraniyawa 6:19
Ka lura da abin da bege ke yi.
Yana ɗaurewa—ba ya yin iyo.

Tunani na Ibada
Sau da yawa ana fahimtar bege.
Muna rikitar da bege da kyakkyawan fata, da tsammanin abubuwa za su inganta, da kuma yarda cewa yanayi zai daidaita da kyau. Nassosi yana ba da hangen nesa mai ƙarfi.
Begen Kirista ba shi da alaƙa da sakamako—yana da alaƙa da **amincin Allah** , komai sakamakonsa.
Wannan bambancin yana da matukar muhimmanci.
Fata yana ƙaruwa kuma yana raguwa tare da yanayi.
Fata yana wanzuwa idan yanayi bai canza ba.

Kafin **CS Lewis** ya rubuta game da bege cikin haske, ya fahimci farashinsa. Lewis bai musanta wahala ko rage baƙin ciki ba. Ya ƙi amincewa da tabbatacciyar tabbaci. Abin da ya dogara da shi maimakon haka shi ne bege da ba ya cikin kwanciyar hankali, amma a gaskiya - begen da zai iya jure rashin jin daɗi ba tare da ya faɗi ba.
An ƙirƙira bege, a cikin Littafi Mai Tsarki.
Ana samar da shi ta hanyar juriya.
Ana ƙarfafa shi ta hanyar juriya. Yana girma ta hanyar jira.
Rana ta 19 tana gayyatarku ku duba abin da begenku ya dogara a kai.
Idan bege ya dogara da sauƙi, zai yi rauni.
Idan bege ya dogara da halin Allah, zai riƙe.
Wannan ba yana nufin yin kamar babu ciwo ba. Bege na Littafi Mai Tsarki yana kallon wahala a fuska kuma yana ƙin barin shi ya bayyana gaskiya. Yana riƙe rai a cikin wani abu mafi zurfi fiye da gogewa—wani abu da ba ya canzawa.
Biyayya da bege suna girma tare.
Yayin da biyayya ke horar da mu mu ci gaba da kasancewa tare ba tare da lada nan take ba, bege yana koyon hutawa ba tare da warware matsalar nan take ba. Tare, suna samar da juriya—ƙarfin da ke natsuwa don ci gaba da aminci ko da lokacin da haske ya yi jinkiri.
Wannan ba bege ba ne kawai.
Amincewa ce mai ƙarfi.

Gwajin Zuciya

Zauna da waɗannan tambayoyin a hankali.

1. **Me aka fi danganta begenka da shi—sakamako ko halin Allah?**
2. **Yaya kake amsawa a cikin gida idan abubuwa ba su inganta kamar yadda ake tsammani ba?**
3. **Me zai iya nufi a kafa begenka a wani wuri mai zurfi fiye da yanayi?**

Aikin Yau (Anchoring Bege)
Aikin yau tunawa ne **mai tsari** .
Rubuta ko a hankali ka tuna da **gaskiya ɗaya game da Allah** wadda ba ta canzawa ba ko da kuwa halin da kake ciki (amincinsa, kasancewarsa, rahamarsa, ikon mallakarsa).
Maimaita shi a hankali a duk tsawon yini.
Bari bege ya huta a can.

Addu'a
Uba,
Ka koya mini begen da ke dawwama, ba begen da ya dogara da sauƙi ba. Ka sanya raina cikin halinka lokacin da yanayi ya ci gaba da warwarewa. Ka taimake ni in dogara gare ka a koyaushe,
ko da sakamakon ba a fayyace ba. Kai ne tushena mai aminci. Amin.

Sanarwa
Yi wannan da babbar murya:
Begena yana cikin Allah.
Yanayi ba ya bayyana imanina. Ina jurewa da amincewa da gaskiya. Amincin Allah yana nan ba tare da girgiza ba. Raina yana da ƙarfi da aminci.

Jajircewa ga Biyayya
A yau, na sadaukar da kai ga **bege mai ƙarfi** .
Ba zan auna amincin Allah ta hanyar sakamako nan take ba.
Ina amincewa da halinsa kuma ina ci gaba da kasancewa tare.

Gabatarwar Rufewa
Fata yana girma cikin nutsuwa.
Ba ya gaggawar warwarewa -
yana kwantar da rai.

Gobe, za mu binciki **yadda biyayya za ta sake fasalta fahimtarmu game da ƙauna—ba kamar motsin rai ba, amma kamar sadaukarwa mai kyau** .

RANA TA ASHIRIN

Soyayya Da Take Koyon Zama

Dalilin da Ya Sa Biyayya Ke Horar da Zuciya Don Soyayya Sosai

NASSOSHI MASU MAFI MUHIMMANCI

- **Yohanna 14:15** - *Idan kuna ƙaunata, za ku kiyaye umarnaina.*
- **1 Korintiyawa 13:4-7** - *Soyayya tana da haƙuri, soyayya tana da kirki.*
- **1 Yohanna 5:3** — *Wannan ita ce ƙaunar Allah: kiyaye dokokinsa.*

Karatun Littafi Mai Tsarki (Karanta A Hankali)
"Wannan ita ce ƙaunar Allah: kiyaye dokokinsa.
Umarninsa kuma ba su da nauyi."
- 1 Yohanna 5:3
Ka dakata.
Ka lura da yadda Nassosi ya bayyana ƙauna.

Tunani na Ibada
Al'adar zamani tana ɗaukar soyayya a matsayin motsin rai—wani abu da ake ji, ake bi, kuma ake janye shi idan ya shuɗe. Littafi Mai Tsarki yana ɗaukar ƙauna a matsayin **alkawari** —wani abu da aka yi aiki da shi, aka ci gaba da shi, kuma aka tabbatar da shi ta hanyar aminci. Wannan bambanci yana da matuƙar muhimmanci. Idan aka rage ƙauna zuwa ji, sai ta zama marar ƙarfi. Idan aka samar da ƙauna ta hanyar biyayya, sai ta zama mai juriya.
Kafin **CS Lewis** ya rubuta game da ƙaunar Kirista a sarari, ya koyi cewa dole ne a horar da ƙauna. Soyayya tana canzawa.

Sha'awa tana canzawa. Motsin rai yana tashi kuma yana faɗuwa. Biyayya tana koyar da ƙauna ta kasance lokacin da jin kaɗaici ba zai iya ɗaukar ta ba.

Shi ya sa Littafi Mai Tsarki ya haɗa ƙauna da biyayya sosai.

Ba a bayyana ƙauna kawai ba—ana aiwatar da ita.

Tana da haƙuri idan aka ɓata mata rai. Tana da kirki idan ba ta da daɗi. Tana da aminci idan ba a gani.

Rana ta 20 tana gayyatarku ku duba yadda kuke fahimtar soyayya.

Idan soyayya ta dogara ne da motsin rai, biyayya tana jin kamar ba zaɓi ba ne.

Idan soyayya sadaukarwa ce, biyayya za ta zama ta halitta.

Kaunar Kirista ba ta sanyi ko ta hanyar amfani da na'ura ba ce. Kauna ce mai kyau—wanda aka samar ta hanyar zaɓe akai-akai don ci gaba da kasancewa tare da Allah da kuma aminci ga wasu, ko da lokacin da ake jin kamar an yi niyya a baya.

Irin wannan soyayya tana girma a hankali.

Biyayya tana koya mana mu yi aiki da ƙauna kafin mu ji kamar muna ƙaunar juna. Bayan lokaci, ji yana biyo bayan samuwarsa. Zuciya tana koyon son abin da nufinsa ke zaɓa akai-akai.

Haka soyayya take girma.

Ba ta hanyar ƙarfi ba,

amma ta hanyar juriya.

Gwajin Zuciya

Zauna da waɗannan tambayoyin a hankali.

1. **Ta yaya ka saba fassara soyayya—ji ko kuma sadaukarwa?**
2. **Ina biyayya ta ƙalubalanci fahimtarka game da ƙauna?**
3. **Wace dangantaka ko alhakin da ke buƙatar ƙauna mai ladabi a yanzu?**

Aikin Yau (Soyayya Mai Kyau)

Aikin yau shine **aminci da gangan** .
Zaɓi **dangantaka ɗaya ko alhaki** inda soyayya take jin kamar ba a saba gani ba, ko kuma ba a kula da ita ba.
Nuna soyayya a yau ta hanyar **aiki** , ba ta hanyar ji ba:

- Kalma mai kyau
- Martani ga majiyyaci
- Bibiya mai aminci

Kada ka jira ka ji ƙauna.
Ka zaɓi ka zama mai ƙauna.

Addu'a
Uba,
Ka koya mini soyayyar da ke jurewa, ba soyayyar da ta dogara da motsin rai ba. Ka ƙirƙiri zuciyata ta hanyar biyayya domin soyayya ta zama tabbatacciya kuma gaskiya. Ka taimake ni in ci gaba da jajircewa lokacin da ji ya canza. Na zaɓi soyayyar da aka siffanta ta hanyar biyayya. Amin.

Sanarwa
Yi wannan da babbar murya:
Ana samun soyayya ta hanyar biyayya.
Ina son ta da jajircewa, ba da son rai ba. Umarnin Allah suna horar da zuciyata don ta ƙaunaci juna sosai. Ina ci gaba da kasancewa da aminci ko da lokacin da jin daɗi ya shuɗe.
Soyayyata tana ƙaruwa ta hanyar daidaitawa.

Jajircewa ga Biyayya
A yau, na sadaukar da kaina ga **ƙauna mai ladabi** .
Na zaɓi aminci fiye da sauyi, kuma na zaɓi biyayya fiye da motsin rai.

Gabatarwar Rufewa
Kun kai wani matsayi a tafiyar.
Daga nan gaba, biyayya tana motsawa
daga tsari zuwa **manufa** .

Gobe, za mu binciki **yadda biyayya ke sake fasalin tunaninmu na manufa—ba kamar cikar kai ba, amma kamar kira mai aminci** .

RANA TA ASHIRIN DA ƊAYA

Manufa da aka Kirƙira ta hanyar Biyayya

Me Yasa Ake Gano Kira Ta Hanyar Aminci?

NASSOSHI MASU MAFI MUHIMMANCI

- **Afisawa 2:10** - *An halicce shi cikin Almasihu Yesu domin kyawawan ayyuka…*
- **Luka 16:10-12** — *Mai aminci a ƙaramin abu, mai aminci a abu mai yawa.*
- **1 Korintiyawa 7:17** - *Kowanne ya kamata ya yi rayuwa kamar yadda Ubangiji ya umarta...*

Karatun Littafi Mai Tsarki (Karanta A Hankali)
"Mu aikin Allah ne,
an halicce mu cikin Almasihu Yesu domin mu yi kyawawan ayyuka,
waɗanda Allah ya shirya mana tun da wuri domin mu yi."
- Afisawa 2:10
Dakata.
Lura cewa **an shirya manufar** , ba a yi ta ba.

Tunani na Ibada
Sau da yawa ana ɗaukar manufa a matsayin wani abu da za a gano ba zato ba tsammani—ta hanyar haske, sha'awa, ko dama.
Nassosi sun gabatar da gaskiya mai natsuwa: ana bayyana manufa **ta hanyar aminci** . Kira ba yawanci yakan zo a matsayin sanarwa mai ban mamaki ba. Yana bayyana yayin da ake yin biyayya akai-akai a wurare na yau da kullun.

Kafin **CS Lewis** ya fahimci irin tasirin da aikinsa zai iya samu, biyayyarsa ta mayar da hankali kan abin da ke gabansa nan take - koyarwa, rubutu da aminci, da kuma faɗin gaskiya a hankali. Manufar ta biyo bayan aminci. Bai riga ya faru ba. Wannan yana da muhimmanci .

Idan muka bi manufa ba tare da biyayya ba, sau da yawa muna bin ganuwa. Muna neman matsayi maimakon shiri, dandamali maimakon tsayawa. Nassosi sun tura mu: Allah ya ɗora wa waɗanda suke da aminci nauyi mafi girma a inda suke.

Ba a samun manufa ta hanyar tambaya, *"Me nake nufi in yi?"*

Ana ƙirƙirar ta ta hanyar tambaya, *"Ta yaya zan iya zama mai aminci a nan?"*

Rana ta 21 tana gayyatarku da ku saki matsin lamba.

Ba kwa buƙatar cikakken bayani kafin ku yi biyayya.

Kuna buƙatar yarda a inda kuke.

Kira ba wai karkacewa daga biyayya ba ne; biyayya ce da aka tsawaita tsawon lokaci. Aminci a cikin ƙananan abubuwa yana horar da zuciya don ɗaukar manyan abubuwa ba tare da karkatarwa ba.

Manufar Allah ba ta da rauni.

Ba sa buƙatar ka yi gaggawa kafin a kafa ta.

Suna fitowa ta halitta inda biyayya ta kasance a tsaye.

Gwajin Zuciya

Zauna da waɗannan tambayoyin a hankali.

1. **Ina aka jarabce ka ka bi manufa maimakon yin aiki da aminci?**
2. **Wadanne nauyi ne ke gabanka a yanzu?**
3. **Ta yaya biyayya a nan za ta iya tsara kiran da za a yi nan gaba?**

Aikin Yau (Kasancewar Aminci)

Aikin yau shine **a yi biyayya da hankali** .

Gano **wani nauyi ko dama** da aka riga aka ba ka—aiki, iyali, hidima, karatu, ko kulawa.

Ka ba shi **cikakkiyar kulawa a yau** .

Kada ka yi gaggawar yin hakan.
Kada ka rage girmansa.
A yi amfani da shi a matsayin manufa a cikin tsari.

Addu'a
Ya Uba,
Ka koya mini in amince da cewa Ka bayyana manufa ta hanyar biyayya. Ka 'yantar da ni daga damuwa game da makomar kuma Ka sanya ni cikin aminci a yau. Ka taimake ni in yi hidima mai kyau a inda na dogara gare Ka kuma in amince da abin da zai biyo baya. Ina ba Ka daidaitota ta yanzu. Amin.

Sanarwa
Yi wannan da babbar murya:
Manufar Allah tana bayyana ta hanyar biyayyata.
Ina da aminci a inda nake. Kananan ayyukan biyayya suna tsara kira mai ɗorewa. Ina dogara ga Allah da makomara kuma ina daidaita yau. Rayuwata tana samuwa ne don ayyukan alheri.

Jajircewa ga Biyayya
A yau, na sadaukar da kaina ga **kasancewa cikin aminci** .
Ina sakin buƙatar haske kafin lokaci kuma na zaɓi biyayya ga abin da aka riga aka ba ni amana.

Gabatarwar Rufewa
Manufar tana girma a hankali.
Aminci yana shirya hanya.
Gobe, za mu binciki **yadda biyayya ke sake fasalin buri—ba ta hanyar kawar da shi ba, amma ta hanyar tsarkake shi** .

RANA TA ASHIRIN DA BIYU

An Sake Tsarin Bukatar Sha'awa

Lokacin da Biyayya Ta Tsarkake Abin da Yake Koyar da Kai

NASSOSHI MASU MAFI MUHIMMANCI

- **Matta 6:33** - *Ku fara neman mulkin Allah...*
- **Yakubu 3:13-17** - *Hikima daga sama tsattsarka ce, mai salama, mai tawali'u...*
- **Filibiyawa 2:3-5** - *Kada ku yi komai da son kai...*

Karatun Littafi Mai Tsarki (Karanta A Hankali)
"Kada ku yi komai da son kai ko girman kai.
A maimakon haka, da tawali'u, ku ɗauki wasu fiye da kanku."
- Filibiyawa 2:3
Ka dakata.
Ka lura cewa Nassi ba ya goge burinsa—yana **daidaita** shi.

Tunani na Ibada
Buri ba shine maƙiyin biyayya ba.
Buri mara tantancewa shine.
Mutane da yawa masu bi suna ɗauka cewa bin Kristi yana buƙatar barin sha'awa, himma, ko buri. Littafi Mai Tsarki yana ba da hanya mafi fahimi. Allah ba ya cire buri—Yana **sake tsara shi** .
Kafin **CS Lewis** ya koyi tasirin shugabanci da aminci, dole ne a tsarkake buri. Sha'awar zama daidai, a ji shi, a gane shi—ba a goge waɗannan abubuwan da imani ya yi ba. An tsarkake su. Biyayya ta juya abin da ake nufi da *buri* .
Ambition ya amsa tambayar: *Me nake nufi?*

Idan buri ya dogara ga son kai, biyayya tana jin kamar takurawa ce.
Idan buri ya dogara ga Allah, biyayya tana bayyana.
Littafi Mai Tsarki ya bambanta tsakanin buri na son kai da kuma buri na tsarki. Ɗaya yana neman ganewa; ɗayan kuma yana neman aminci. Ɗaya yana neman ganin abubuwa; ɗayan kuma yana neman daidaito. Ɗaya yana ɗaukaka kansa; ɗayan kuma yana ci gaba da manufofin Allah.
Rana ta 22 tana gayyatarku ku duba abin da ke motsa ku a ƙasa.
Bukatar da aka bari ba tare da an yi mata komai ba ta zama kwatanci.
Tsarkakewar bukatu ta zama hidima.
Biyayya ba ta daidaita sha'awa ba. Tana ba wa sha'awa sabuwar cibiya. Tana koya mana mu fara neman Mulki—ba a matsayin ra'ayi mai zurfi ba, amma a matsayin fifikon rayuwa wanda ke sake tsara manufofi, zaɓɓuka, da tsammaninmu.
Idan aka daidaita buri, ƙoƙari yana ba da hanya ga daidaito.
Ba damuwa ba ce ke motsa mu mu tabbatar da kanmu.
Amincewa tana motsa mu mu yi hidima da aminci.
Wannan buri ya warke.

Gwajin Zuciya

Zauna da waɗannan tambayoyin a hankali.

1. **Waɗanne buri ne ke motsa ka ka yanke shawara a yanzu?**
2. **Ina sha'awar samun yabo ko nasara za ta iya zama siffanta biyayyarka?**
3. **Yaya zai kasance idan ka fara neman Mulkin Allah a cikin burinka?**

Aikin Yau (Tsarkakakken Niyya)

Aikin yau shine **daidaitawa da gangan** .
Zaɓi **manufa ɗaya ko buri** da kake bi.
Yi addu'a da gaskiya:
"Ya Ubangiji, ka sake tsara wannan buri zuwa ga manufofinka."

To, ɗauki **ƙaramin mataki** a yau wanda ke nuna tawali'u, hidima, ko aminci maimakon gani.

Addu'a

Ya Uba,

Ka san sha'awar da ke motsa ni. Ka tsarkake burina ka daidaita shi da Mulkinka. Ka kawar da abin da ya samo asali daga tsoro ko girman kai ka ƙarfafa abin da ke cika nufinka. Ka koya mini in fara nemanka a cikin duk abin da nake bi. Amin.

Sanarwa

Yi wannan da babbar murya:

Burina yana daidai da Mulkin Allah.

Biyayya tana tsarkake abin da ke motsa ni. Ina neman aminci fiye da ganewa. Ana sake tsara sha'awata ta hanyar gaskiya. Ina ci gaba da tafiya zuwa ga manufofin Allah.

Jajircewa ga Biyayya

A yau, na sadaukar da kai ga **burin da ya shafi Mulkin Allah** .

Na saki ƙoƙarin da ya shafi son kai kuma na zaɓi biyayya da ta daidaita sha'awata da nufin Allah.

Gabatarwar Rufewa

Buri ba ya ɓacewa.

shi **zuwa wani wuri** .

Gobe, za mu binciki **yadda biyayya ke sake fasalin nasara—ba ta hanyar sake fasalta nasara ba, amma ta hanyar auna 'ya'yan itace** .

RANA TA ASHIRIN DA UKU

Nasarar da aka auna ta hanyar 'Ya'yan itace

Dalilin da Ya Sa Biyayya Ta Sake Bayyana Ma'anar Nasara

NASSOSHI MASU MAFI MUHIMMANCI

- **Yahaya 15:4-8** — *Ku zauna a cikina, za ku kuma ba da 'ya'ya da yawa.*
- **Matta 7:16-20** — *Ta wurin 'ya'yansu za ku gane su.*
- **Galatiyawa 5:22-23** - *'Ya'yan Ruhu shine...*

Karatun Littafi Mai Tsarki (Karanta A Hankali)
"Ta wurin 'ya'yansu za ku gane su."
- Matta 7:16
Dakata.
Lura cewa Nassosi yana kimanta rayuka bisa ga **sakamako** , ba bisa ga hoto ba.

Tunani na Ibada
Nasara tana ɗaya daga cikin ra'ayoyi mafi haɗari a cikin bangaskiyar zamani.
Sau da yawa muna auna nasara ta hanyar gani, girma, tabbatarwa, ko yawan aiki. Ko a cikin mahallin ruhaniya, za mu iya rikitar da kuzari da balaga da aiki tare da daidaitawa.
Nassosi suna ba da ma'auni daban-daban gaba ɗaya: **'ya'yan itace** .
Ba a ƙera 'ya'yan itace ba.
Ana ƙera su.

Kafin **CS Lewis** ya zama mai tasiri sosai, sakamakon biyayyarsa ya riga ya bayyana—bayyanuwar tunani, tawali'u a cikin yakini, haƙuri a cikin tattaunawa, da aminci a cikin horo. Sanin jama'a ya zo daga baya. 'Ya'ya sun fara bayyana.
Wannan umarni yana da muhimmanci.
Ba za a iya yin gaggawar yin amfani da 'ya'yan itace ba.
Ba za a iya yin karya ba. Ba za a iya jurewa ba tare da daidaitawa ba.
Biyayya tana sake tsara nasara ta hanyar mayar da hankali daga sakamakon da muke sarrafawa zuwa 'ya'yan da Allah ke samarwa. Ba wai yana tambaya ba, *"Me na cimma?"* amma *"Me ake ƙirƙirawa?"* Soyayya, haƙuri, kame kai, aminci - waɗannan ba ma'auni ne masu ban mamaki ba, amma ba za a iya kuskure su ba.
Rana ta 23 tana gayyatarku ku duba yadda kuke kimanta rayuwarku.
Inda ake auna nasara da sakamako kawai, matsin lamba yana ƙaruwa.
Inda ake auna nasara da 'ya'yan itace, zaman lafiya yana ƙaruwa.
Yesu bai nemi sakamako mai ban sha'awa ba.
Yana gayyatar masu biyayya.
'Ya'yan itace suna fitowa ta halitta inda biyayya ta kasance tushenta. Bayan lokaci, 'ya'yan itacen suna bayyana - ba koyaushe a gare mu ba, amma ba tare da wata shakka ba ga wasu. Shi ya sa Nassi ya ce 'ya'yan itace ne ake "gane mu". Yana bayyana irin bishiyar da muke zama.
Nasara, a Mulkin Allah, ba wai game da nisan da ka yi ba ne, yana game da abin da ke girma a inda kake tsaye.

Gwajin Zuciya

Zauna da waɗannan tambayoyin a hankali.

1. **Ta yaya yawanci kake auna nasara a rayuwarka?**
2. **Wane irin 'ya'ya ne a bayyane a cikinka a yanzu—haƙuri, ƙauna, zaman lafiya, da kuma kame kai?**

3. **Wane 'ya'yan itace ne Allah zai iya shukawa da ka yi watsi da shi domin yana jin kamar abu ne na yau da kullun?**

Aikin Yau (Sanar da 'Ya'yan Itace)

Aikin yau shine **lura da 'ya'yan itace** .

A duk tsawon yini, kula da lokutan da:

- Ka mayar da martani da haƙuri maimakon haushi
- Ka zaɓi kamewa maimakon motsa jiki
- Kana yin aiki da kirki ba tare da an gane ka ba

A ƙarshe, ka gode wa Allah da **ƙaramin 'ya'yan itace guda ɗaya** da ka lura da shi.

Addu'a

Ya Uba,

Ka koya mini in daraja 'ya'yan itace fiye da ganewa. Ka taimake ni in kasance cikin kafe a cikinKa domin abin da ke girma a rayuwata ya nuna Ruhunka. Ka 'yantar da ni daga ma'aunin nasara na ƙarya ka kuma sanya ni cikin abin da Kake ƙirƙira. Na zaɓi in dawwama. Amin.

Sanarwa

Yi wannan da babbar murya:

Ina auna nasara ta hanyar 'ya'yan itace, ba ta hanyar gani ba. Allah yana samar da ci gaba ta hanyar biyayya. Ina ci gaba da kasancewa da tushe da daidaito. Abin da Allah yake ƙirƙira a cikina yana da mahimmanci. Rayuwata tana ba da 'ya'ya masu ɗorewa.

Jajircewa ga Biyayya

A yau, na sadaukar da kai ga **biyayya mai haifar da 'ya'ya** . Ina sakin ma'aunin nasara na ƙarya kuma ina dogara ga Allah don samar da abin da zai dawwama.

Gabatarwar Rufewa

'Ya'yan itace suna girma a hankali.

Gobe, za mu binciki **yadda biyayya za ta sake fasalta fahimtarmu game da gado—ba kamar tunawa ba, amma kamar ninkawa** .

RANA TA ASHIRIN DA HUƊU

Gado da Yake Yawaitawa

Dalilin da Ya Sa Biyayya Ta Fi Ganuwa

NASSOSHI MASU MAFI MUHIMMANCI

- **2 Timothawus 2:2** — *A ba da amana ga mutane masu aminci waɗanda za su iya koyar da wasu.*
- **Zabura 145:4** - *Tsara ɗaya tana yaba ayyukanka ga wata tsara.*
- **Yohanna 12:24** - *Sai dai idan ƙwayar alkama ta faɗi ƙasa ta mutu... tana ba da 'ya'ya da yawa.*

Karatun Littafi Mai Tsarki (Karanta A Hankali)
"Idan ba ƙwayar alkama ta faɗi ƙasa ta mutu ba,
za ta zauna ita kaɗai; amma idan ta mutu, za ta haifi 'ya'ya da yawa."
- Yohanna 12:24
Dakata.
Lura cewa 'ya'yan itace suna buƙatar **a sake su** , ba a kiyaye su ba.

Tunani na Ibada
Sau da yawa ana fahimtar gado a matsayin abin da ya rage *a gare* mu bayan mun tafi.
Littafi Mai Tsarki ya bayyana gado a matsayin abin da ke ci gaba *ta hanyar* wasu saboda mun kasance masu aminci. Gado ba tunawa ba ne—ninki ne. Ba tsawon lokacin da ake tunawa da mu ba ne; amma yadda biyayya take haifar da rayuwa fiye da mu.

Kafin **CS Lewis** ya taɓa tunanin girman aikinsa, ya mai da hankali kan aminci maimakon tasiri. Ya rubuta, ya koyar, kuma ya yi magana cikin haske domin biyayya tana buƙatar gaskiya—ba wai don an tabbatar da gado ba. Yawo ya zo daga baya, fiye da ikonsa.

Wannan shine tsarin Mulkin.

Tsaba ba sa sanar da girbinsu na gaba.

Kawai suna faɗuwa ƙasa suna bin tsarin da aka tsara musu.

Rana ta 24 tana gayyatarku da ku saki matsin lamba don tabbatar da gadonku. Biyayya da ta manne wa ganuwa ba za ta iya ninkawa ba. Biyayya da ke fitar da iko tana samar da sarari ga Allah don samar da 'ya'ya fiye da rayuwarmu.

Gado yana girma inda ake iya canja biyayya—inda ake rayuwa, raba gaskiya, kuma aka ba da amana ga wasu waɗanda za su ci gaba da ita. Wannan shine dalilin da ya sa Littafi Mai Tsarki ya jaddada aminci ga mutane, ba dandamali ba.

Ba sai ka san wanda biyayyarka za ta shafe ka ba.

Kana buƙatar ka kasance da aminci a duk inda kake.

Allah yana sarrafa ninkawa.

Gado ba a gina shi ta hanyar kiyaye kai ba.

Ana samar da shi ta hanyar mika wuya.

Gwajin Zuciya

Zauna da waɗannan tambayoyin a hankali.

1. **Yaya ka yi tunani game da gado—suna ko haifuwa?**
2. **Ina Allah zai iya roƙonka ka saki iko maimakon kiyaye tasiri?**
3. **Wa zai iya zama wanda biyayyarka za ta iya siffantawa a hankali a yanzu?**

Aikin Yau (Amincewa da Aminci)

Aikin yau **saka hannun jari ne da gangan** .

Karfafawa, goyon baya, ko fadin gaskiya ga **mutum ɗaya** — ba tare da wani ajanda ko tsammanin dawowa ba.

A yi shi a sauƙaƙe.
A yi shi da aminci. Bari Allah ya yi amfani da 'ya'yan itacen.

Addu'a
Ya Uba,
ka 'yantar da ni daga buƙatar tabbatar da gadon kaina.
Ka koya mini in amince da kai da ninkawa.
Ka taimake ni in saka hannun jari cikin aminci ga wasu kuma in miƙa wuya ga sakamakon. Bari biyayyata ta yi amfani fiye da abin da zan iya gani. Amin.

Sanarwa
Yi wannan da babbar murya:
Biyayyata ta ƙaru fiye da yadda nake gani.
Allah yana samar da 'ya'ya ta hanyar miƙa wuya cikin aminci. Ina sakin iko kuma ina dogara ga Allah da gado. Abin da na saka wa wasu yana dorewa. Rayuwata tana ba da 'ya'ya fiye da ni.

Jajircewa ga Biyayya
A yau, na sadaukar da kaina ga **biyayya ta hanyar tarihi** . Zan zuba jari da aminci kuma in dogara ga Allah ya ninka abin da na saki.

Gabatarwar Rufewa
Gado yana samuwa a hankali.
Gobe, za mu binciki **yadda biyayya za ta sake fasalta fahimtarmu game da mutuwa da mutuwa—ba a matsayin asara ba, amma a matsayin cikawa** .

RANA TA ASHIRIN DA BIYAR

Biyayya a Gefen Mutuwa

Dalilin da Yasa Mutuwa Take Kammala Abin da Biyayya Ta Fara

NASSOSHI MASU MAFI MUHIMMANCI

- **Filibiyawa 1:21-23** - *Rayuwa ita ce Almasihu, mutuwa kuma riba ce.*
- **Ibraniyawa 11:13-16** — *Suna marmarin ƙasa mafi kyau…*
- **2 Timothawus 4:7-8** - *Na yi yaƙi mai kyau...*

Karatun Littafi Mai Tsarki (Karanta A Hankali)
"Na yi yaƙi mai kyau,
na gama tseren, na kiyaye bangaskiya."
- 2 Timothawus 4:7
Ka dakata.
Ka lura cewa Bulus yana magana ne game da **kammalawa** , ba da nadama ba.

Tunani na Ibada
Al'adar zamani tana guje wa mutuwa ta hanyar musanta ta. Muna shagaltar da kanmu da yawan aiki, nishaɗi, da gina gado, muna fatan kada mu fuskanci gaskiyar cewa kowace rayuwa tana tafiya zuwa ƙarshe. Nassosi ba ya guje wa mutuwa. Yana sake tsara ta. Mutuwa ba ita ce rashin biyayya ba—komawa **ce** .
Ga waɗanda suka yi tafiya cikin jituwa da Allah, mutuwa ba ta katsewa ba ce. Zuwa ne.
Kafin **CS Lewis** ya yi tunani sosai game da mutuwa, ya yi ta fama da ma'anarta. Mutuwa tana damun mu domin tana

bayyana inda begenmu ya ta'allaka a gaske. Idan biyayya ta samo asali ne daga sakamako, mutuwa tana jin kamar asara. Idan biyayya ta samo asali ne daga aminci, mutuwa tana jin kamar kammalawa.

Nassi ya yi magana game da kammalawa da kyau.

Ba a cimma komai ba.

Ba a guje wa dukkan wahala ba. Amma a ci gaba da kasancewa a layi har zuwa ƙarshe.

Rana ta 25 tana gayyatarku ku duba yadda mace-mace ke tsara biyayyarku.

Idan ana tsoron mutuwa, biyayya sau da yawa tana zama cikin damuwa.

Idan aka yarda da mutuwa, biyayya za ta zama mai da hankali. Sanin mace-mace yana bayyana muhimman abubuwan da suka fi muhimmanci. Yana kawar da buri mara muhimmanci kuma yana fallasa abin da ya fi muhimmanci. Biyayya ba ta zama game da tara kuɗi ba, sai dai game da aminci. Ba game da tabbatar da mahimmanci ba, sai dai game da rayuwa daidai da manufofin Allah.

Mutuwa ba ta rage rayuwar aminci ba.

Tana rufe ta.

Begen Kirista ba wai mu guji mutuwa ba ne, amma mutuwa ba za ta iya kawar da abin da biyayya ta samo asali ba. Abin da Allah ya fara a cikinmu , shi ne yake kammalawa—har ma bayan numfashinmu na ƙarshe.

Gwajin Zuciya

Zauna da waɗannan tambayoyin a hankali.

1. **Ta yaya sanin mace-mace ke tasiri ga abubuwan da ka fi mayar da hankali a kansu?**
2. **Yaya "kammalawa da kyau" zai kasance a rayuwarka?**
3. **A ina biyayya za ta iya taimaka maka ka rayu da gangan a yau?**

Aikin Yau (Rayuwa da Karshe a Ra'ayi)

Aikin yau shine **daidaitawa da gangan** .
Zaɓi **aiki ɗaya ko shawara** a yau kuma ka tambaya:
"Shin wannan zai yi tasiri idan na kusa ƙarewa?"
Bari wannan tambayar ta inganta zaɓinka.

Addu'a

Ya Uba,
Ka koya mini in rayu da rai har abada. Ka taimake ni in fifita aminci fiye da tarawa da daidaitawa fiye da damuwa. Ina da yakinin cewa Ka kammala abin da Ka fara kuma biyayyata tana da muhimmanci fiye da wannan rayuwa. Ina ba Ka kwanaki na.
Amin.

Sanarwa

Yi wannan da babbar murya:
Rayuwata tana kan gaba zuwa ga har abada.
Biyayya tana shirya ni don kammalawa da kyau. Mutuwa ba ta wargaza aikin Allah a cikina ba. Ina rayuwa da aminci da hangen ƙarshe. Begena yana da tabbas cikin Almasihu.

Jajircewa ga Biyayya

A yau, na sadaukar da kaina ga **biyayya ta har abada** .
Ina sakin tsoron mutuwa kuma na zaɓi daidaito wanda zai dawwama fiye da rayuwata.

Gabatarwar Rufewa

Mutuwa tana bayyana biyayya.
Gobe, za mu binciki **yadda biyayya za ta sake fasalta fahimtarmu game da tashin matattu—ba a matsayin koyarwa kaɗai ba, amma a matsayin bege na yau da kullun** .

RANA TA ASHIRIN DA SHIDA

Rayuwa Tashin Matattu Yanzu

Dalilin da Ya Sa Biyayya Take Siffantawa Da Abin da Zai Zo Nan Gaba

NASSOSHI MASU MAFI MUHIMMANCI

- **Romawa 6:4–5** — *Kamar yadda aka tashe Almasihu daga matattu… mu ma za mu iya rayuwa ta sabuwar rayuwa.*
- **1 Korintiyawa 15:19–22** — *Da a ce domin wannan rayuwar ne kawai muke da bege ga Almasihu…*
- **Kolosiyawa 3:1–4** — *Ku mai da hankalinku ga abubuwan da ke sama…*

Karatun Littafi Mai Tsarki (Karanta A Hankali)
"Kamar yadda aka tashe Almasihu daga matattu ta wurin ɗaukakar Uba,
haka nan mu ma za mu iya rayuwa ta sabuwar rayuwa."
- Romawa 6:4
Ka lura da lokacin.
Tashin matattu yana tsara **yadda muke rayuwa a yanzu** .

Tunani na Ibada
Sau da yawa ana ɗaukar tashin matattu a matsayin bege na gaba kawai—wani abu da muke tabbatarwa ta hanyar koyarwa yayin da muke rayuwa ba tare da wani canji ba.
Nassi ya ƙi wannan rabuwar.
Tashin Almasihu ba wai kawai wani abu ne da za a tuna ba.
Gaskiya ce da za a nuna . Yana bayyana cewa mutuwa ba ta

da iko na ƙarshe, cewa gazawa ba ta da ikon ƙarshe, kuma biyayya ba ta ɓata lokaci ba—ko da kuwa ta kashe komai. Kafin **CS Lewis** ya yi magana game da tashin matattu da ƙarfin hali, ya koyi barin bege na gaba ya sake fasalin zaɓuɓɓukan da ake da su a yanzu. Tashin matattu yana sake fasalin biyayya domin yana tabbatar mana cewa abin da muka miƙa wuya ba ya ɓacewa, kuma abin da muka saka wa Kristi ba a goge shi ba.

Wannan yana canza lissafin biyayya.

Idan tashin matattu gaskiya ne, biyayya ba ta taɓa zama banza ba.

Idan tashin matattu gaskiya ne, hadaya ba ta taɓa zama ta ƙarshe ba. Idan tashin matattu tabbas ne, aminci koyaushe yana da amfani.

Rana ta 26 tana gayyatarku ku rayu gaba.

Biyayya da aka gina a kan tashin matattu ba ta da damuwa. Tana da ƙarfi. Ba ta manne wa ta'aziyya ko iko sosai domin tana da yakinin cewa Allah zai maido da abin da aka shimfida. Begen tashin matattu yana sassauta mana riƙe kanmu da kuma ƙarfafa ƙudurinmu na rayuwa da gaskiya yanzu.

Shi ya sa Littafi Mai Tsarki ya ƙarfafa mu mu "mai da hankali kan abubuwan da ke sama." Ba don guje wa halin yanzu ba—amma mu **fassara shi daidai** . Tashin matattu ya koya mana cewa ba yau ne labarin gaba ɗaya ba. Abin da ya yi kama da ya ɓace za a iya ɗaga shi. Abin da ya ji ƙarami za a iya ɗaukaka shi tukuna.

Biyayya tana zama da ƙarfin hali lokacin da tashin matattu ya ginu a kai.

Gwajin Zuciya

Zauna da waɗannan tambayoyin a hankali.

1. **Ta yaya imani da tashin matattu yake tsara shawarwarinka na yau da kullum—idan ma haka ne?**

2. **Waɗanne tsoro ne za ka iya rabuwa da su idan ka amince cewa Allah zai dawo da abin da aka miƙa masa?**
3. **Ina Allah yake gayyatarka ka rayu da bege na gaba yana siffanta biyayyar da ake yi a yanzu?**

Aikin Yau (Zaɓin da Ya Dace da Tashin Matattu)
Aikin yau shine **biyayya ta gaba** .
Zaɓi **shawara ɗaya** a yau wadda take da tsada, rashin dacewa, ko kuma ba a gani ba.
Yi shi ko ta yaya—
ba don yana jin daɗi ba, amma domin tashin matattu yana tabbatar da cewa yana da muhimmanci.

Addu'a
Ya Uba,
Ka ƙarfafa biyayyata ga begen tashin matattu. Ka koya mini rayuwa a yau cikin hasken abin da ka yi alkawari gobe. Ka saki tsorona na asara ka kuma ƙarfafa amincewata cewa Ka maido da komai. Ina rayuwa kamar wanda aka tashe shi tare da Kristi. Amin.

Sanarwa
Yi wannan da babbar murya:
Ina rayuwa cikin ikon tashin Almasihu daga matattu.
Biyayya ba ta taɓa ɓata lokaci ba. Abin da na miƙa wuya, Allah ne ke mayar da shi. Rayuwata tana samuwa ne ta hanyar bege na har abada. Ina tafiya gaba cikin amincewa da bangaskiya.

Jajircewa ga Biyayya
A yau, ina da alƙawarin yin **biyayya mai kama da tashin matattu** .
Ina sakin tsoron asara kuma ina rayuwa da aminci cikin hasken abin da Allah zai kammala.

Gabatarwar Rufewa

Tashin matattu yana canza komai.

Gobe, za mu binciki **yadda biyayya za ta sake tsara dangantakarmu da hukunci—ba kamar tsoro ba, amma kamar yadda alhakin da ya samo asali daga bege** .

RANA TA ASHIRIN DA BAKWAI

Hukunci Ba Tare da Tsoro ba

Dalilin da Ya Sa Biyayya Ke Fuskantar Alhaki Tare da Kwarin Gwiwa

NASSOSHI MASU MAFI MUHIMMANCI

- **2 Korintiyawa 5:10** - *Dole ne mu bayyana a gaban kursiyin shari'a na Kristi.*
- **Romawa 14:10-12** - *Kowannenmu zai ba da lissafin kanmu ga Allah.*
- **1 Yahaya 4:17–18** - *Cikakkiyar ƙauna tana fitar da tsoro...*

Karatun Littafi Mai Tsarki (Karanta A Hankali)
"Haka ƙauna ta cika a tsakaninmu, domin mu sami amincewa a ranar shari'a."
—1 Yohanna 4:17
Ka dakata.
Ka lura da kalmar **confidence** , ba tsoro ba.

Tunani na Ibada
Hukunci yana ɗaya daga cikin jigogi da ba a fahimce su ba a cikin addinin Kirista.
Mutane da yawa masu bi suna jin tsoronsa a hankali. Wasu kuma suna guje masa gaba ɗaya. Muna tunanin hukunci a matsayin fallasa ba tare da jinƙai ba, kimantawa ba tare da alheri ba, lissafi ba tare da dangantaka ba. Nassosi ya ba da

hoto daban: hukunci ba abokin gaba ne na biyayya ba - shine **mai bayyana shi** .
Hukunci yana bayyana abin da biyayya ta riga ta kasance.
Kafin **CS Lewis** ya zo ya yi magana da gaskiya game da ɗaukar nauyi, ya yi kokawa da ra'ayin cewa hukuncin Allah zai kasance na son rai ko kuma mai rauni. Abin da ya gano a maimakon haka shi ne cewa hukunci, wanda aka fahimta daidai, shine bayyana gaskiya. Yana nuna abin da aka tsara, abin da ya dawwama, da kuma abin da ya dace da gaskiya.
Hukunci ba wai game da kwatantawa bane,
yana game da rubutu ne.
Yana bayyana ko rayuwarmu ta yi daidai da gaskiyar da muka yi iƙirari. Shi ya sa Littafi Mai Tsarki ya haɗa hukunci da ƙauna. Inda biyayya take fitowa daga ƙauna, tsoro yana sassauta riƙonsa. Inda biyayya ta kasance gaskiya—har ma da ajizi—hukunci ya zama tabbaci maimakon hukunci.
Tsoro yana bunƙasa inda biyayya take aiki.
Kwarin gwiwa yana bunƙasa inda biyayya take da gaskiya.
Rana ta 27 tana gayyatarku da ku duba yadda kuke hulɗa da alhaki.
Idan hukunci ya ji kamar abin tsoro ne, to yana iya zama saboda tsoro ko kuma hoton da aka nuna ya dogara da biyayya. Idan hukunci ya bayyana, to saboda biyayya ta samo asali ne daga daidaito maimakon aiki.
Allah ba ya yin hukunci da kunya.
Yana yin hukunci ne don ya bayyana.
Hukunci yana kammala tsari ta hanyar ambaton abin da yake gaskiya. Yana tabbatar da abin da biyayya ta samo asali a hankali a tsawon lokaci. Ga waɗanda ke tafiya cikin Almasihu, hukunci ba barazana ba ne—shaida ce.

Gwajin Zuciya
Zauna da waɗannan tambayoyin a hankali.

1. **Waɗanne motsin rai ne ke bayyana idan ka yi tunanin ɗaukar nauyi a gaban Allah?**

2. **Ina tsoron hukunci zai iya zama bayyanar biyayya da aiki ke haifarwa?**
3. **Ta yaya biyayya da ƙauna za ta iya sake tsara amincewarka a gaban Allah?**

Aikin Yau (Daidaita Gaskiya)
Aikin yau **bita ne na gaskiya** .
A ƙarshen rana, ka tambayi kanka a hankali:
"Ina rayuwata ta yi daidai da gaskiya a yau?"
Godiya ga Allah da abin da yake na gaske.
Saki abin da ba shi da shi.
Babu kunya.
Gaskiya kawai.

Addu'a
Ya Uba,
Na gode maka da hukuncinka ya samo asali ne daga gaskiya da ƙauna. Ka cire tsoro inda na fahimci rashin fahimtar lissafi. Ka koya mini biyayya wadda ba ta ɓoyewa da aminci da ke tsaye a cikin haske. Ina dogara gare Ka ka cika abin da Kake ƙirƙira a cikina.
Amin.

Sanarwa
Yi wannan da babbar murya:
Ina fuskantar alhaki tare da amincewa da Kristi.
Biyayya tana daidaita rayuwata da gaskiya. Hukuncin Allah yana bayyana abin da yake na gaske, ba abin da ake tsoro ba. Soyayya tana fitar da tsoro a cikin biyayyata. Ina rayuwa da gaskiya a gaban Allah.

Jajircewa ga Biyayya
A yau, na kuduri aniyar **yin biyayya ta gaskiya** .
Ba zan ɓoye daga ɗaukar nauyi ba ko kuma in yi aiki don neman amincewa. Na zaɓi daidaito bisa ƙauna da gaskiya.

Gabatarwar Rufewa
Hukunci yana fayyace abin da biyayya ta tsara.
Gobe, za mu binciki **yadda biyayya za ta sake fasalta fahimtarmu game da lada—ba a matsayin biyan kuɗi ba, amma a matsayin shiga cikin farin cikin Allah .**

RANA TA ASHIRIN DA TAKWAS

RAYUWAR A MATSAYIN AMBASIN KIRISTI KOWACE RANA

NASSOSHI MASU MAFI MUHIMMANCI

" Lada ba tare da mu'amala ba"

Dalilin da Ya Sa Biyayya Ke Kaiwa ga Farin Ciki, Ba Albashi Ba

Littattafan Mahimmanci Masu Mahimmanci

- **Matiyu 25:21** — *Madalla, bawan kirki mai aminci... shiga cikin farin cikin ubangijinka.*
- **Ibraniyawa 11:6** - *Yana ba wa waɗanda suka neme shi da gaske lada.*
- **Zabura 16:11** - *A gabanka akwai cikakken farin ciki.*

Karatun Littafi Mai Tsarki (Karanta A Hankali)

"Madalla, bawan kirki, amintacce...
shiga cikin farin cikin ubangijinka."
- Matiyu 25:21

Ka dakata.
Ka lura cewa ladar **farin ciki ce** , ba diyya ba.

Tunani na Ibada

Sau da yawa ana fahimtar lada a matsayin biyan kuɗi.
A dabi'ance muna ɗaukar biyayya kamar aiki kuma lada kamar albashi—idan muka yi abin da ya isa, Allah yana bin mu bashin wani abu. Nassosi ya wargaza wannan tsari a hankali amma da ƙarfi. Allah ba ya ba da lada ga biyayya domin wajibi

ne a gare shi. Yana ba da lada ga biyayya ta hanyar **raba farin cikinsa** .

Ladar tana da alaƙa.

Kafin **CS Lewis** ya fahimci ladan Kirista daidai, ya yi fama da ra'ayin cewa lada ta rage nagarta. Ya yi zaton cewa ya kamata a yi watsi da nagarta ta gaskiya - wannan ladan zai rage biyayya.

Abin da ya gano a maimakon haka yana da sauyi: Ladan Allah ba kyaututtukan waje ba ne; su ne cikar daidaito ta halitta.

Lada tana kammala biyayya ta hanyar jawo mu zurfafa cikin Allah da kansa.

Idan biyayya ta shafi ciniki, farin ciki yana da rauni.

Idan biyayya ta shafi dangantaka, farin ciki ba makawa ne.

Littafi Mai Tsarki ya nuna farin ciki a matsayin 'ya'yan aminci.

Ba farin ciki ba. Ba jin daɗi ba. Farin ciki—mai dorewa, mai ɗorewa, da kuma rabawa. Biyayya ba ta samun ƙaunar Allah; tana sa mu **fuskanci ta sosai** .

Rana ta 28 tana gayyatarku ku duba yadda kuke tunani game da lada.

Idan ka yi biyayya kana tsammanin ɗawowa, rashin jin daɗi yakan biyo baya.

Idan ka yi biyayya don ka ci gaba da kasancewa cikin hadin kai, farin ciki yana ƙaruwa a hankali.

Allah ba ya tsayawa a ƙarshen biyayya da littafin lissafi.

Yana tsaye da hannuwa a buɗe, yana gayyatar mu mu ƙara shiga.

Farin cikin biyayya ba gamsuwa ba ne da aka jinkirta.

Shi ne shiga cikin zurfi.

Gwajin Zuciya

Zauna da waɗannan tambayoyin a hankali.

1. **Ta yaya ka ɗauki biyayya ba tare da saninka ba—a matsayin wajibi ko dangantaka?**
2. **A ina za ka yi tsammanin Allah zai "sanya maka" aminci?**
3. **Yaya zai kasance a yi biyayya kawai don ci gaba da kasancewa kusa da Allah?**

Aikin Yau (Biyayya Mai Dacewa Da Farin Ciki)
Aikin yau shine **biyayya ga dangantaka** .
Zaɓi **aiki ɗaya na biyayya** a yau—addu'a, hidima, kamewa, da kuma karimci.
Kafin yin hakan, yi addu'a:
"Ubangiji, ina yin haka domin in kasance kusa da kai."
Bayan haka, ka ɗan dakata ka lura da duk wani farin ciki ko kwanciyar hankali.

Addu'a
Ya Uba,
ka 'yantar da ni daga imani na ma'amala. Ka koya mini biyayya da ke faranta wa kasancewarka rai. Bari farin ciki, ba wajibi ba, ya siffanta amincina. Ina karɓar lada a matsayin dangantaka, ba biyan kuɗi ba. Ina shiga cikin farin cikinka. Amin.

Sanarwa
Yi wannan da babbar murya:
Biyayya tana kai ni ga farin cikin Allah.
Ba na samun lada—ina shiga cikinta. Amincina yana kusantar da ni ga Allah. Farin ciki yana girma inda daidaito ya kasance. Ina jin daɗin Ubangiji.

Jajircewa ga Biyayya
A yau, na sadaukar da kai ga **biyayya mai da hankali kan farin ciki** .
Ina fitar da tsammanin lada a matsayin biyan kuɗi kuma na zaɓi aminci a matsayin dangantaka.

Gabatarwar Rufewa
Farin ciki ya zurfafa a hankali.

Gobe, za mu binciki **yadda biyayya ke sake fasalin fahimtarmu game da bangaskiya—ba kamar tabbaci ba, amma kamar amincewa da ke tafiya gaba** .

RANA TA ASHIRIN DA TARA

Imani Da Ke Tafiya Gaba

Dalilin da Ya Sa Biyayya Ba Ta Jiran Tabbaci Ba

NASSOSHI MASU MAFI MUHIMMANCI

- **2 Korintiyawa 5:7** - *Gama muna tafiya ta bangaskiya, ba ta gani ba.*
- **Ibraniyawa 11:1, 8** — *Bangaskiya amincewa ce ga abin da muke fata… Ibrahim ya yi biyayya ya tafi, duk da cewa bai san inda zai je ba.*
- **Misalai 3:5-6** - *Ka dogara ga Ubangiji da dukkan zuciyarka...*

Karatun Littafi Mai Tsarki (Karanta A Hankali)
"Gama muna tafiya bisa ga bangaskiya, ba bisa ga gani ba."
- 2 Korintiyawa 5:7
Dakata.
Lura cewa ana kwatanta bangaskiya a matsayin **motsi** , ba ƙarshe ba.

Tunani na Ibada
Mutane da yawa suna ɗauka cewa imani yana buƙatar tabbaci. Muna jiran haske kafin mu motsa. Muna son tabbaci kafin biyayya. Muna sa ran bangaskiya za ta kawar da rashin tabbas, tambayoyi, da haɗari. Nassosi sun gabatar da wani tsari daban: bangaskiya sau da yawa tana farawa **kafin tabbaci ya zo** .
Imani ba shine sanin inda hanyar take ba.
Imani shine amincewa da Wanda yake jagora.

Kafin **CS Lewis** ya rungumi addinin Kirista gaba ɗaya, ɗaya daga cikin manyan gwagwarmayarsa ita ce rashin iko. Imani ya buƙaci ya ci gaba ba tare da cikakkun amsoshi ba. Bai motsa ba saboda an warware kowace tambaya; ya motsa ne saboda gaskiya tana buƙatar amincewa.
Wannan zamani ne sosai.
Muna rayuwa ne a cikin al'adar da ke girmama tabbaci, shaida, da kuma garanti. Imani yana wargaza wannan yanayin. Ba ya ƙin hankali - amma yana ƙin a sarrafa shi da tsoron abin da ba a sani ba. Biyayya da aka samo asali daga bangaskiya ba ta jiran cikakken fahimta ba. Yana tafiya gaba da haske kaɗan.
Rana ta 29 tana gayyatarka ka duba inda za ka iya jiran tabbaci maimakon yin aiki da aminci.
Imani ba ya kawar da tambayoyi.
Yana yanke shawara duk da su.
Biyayya ita ce bayyanan bangaskiya a bayyane. Tana bayyana abin da muka fi amincewa da shi—fahimtarmu ko amincin Allah. Idan aka rage bangaskiya zuwa yarjejeniya, sai ta tsaya cak. Idan bangaskiya ta zama motsi, sai ta girma.
Tafiya bisa ga bangaskiya ba yana nufin yin aiki ba tare da kulawa ba.
Yana nufin amincewa mai amsawa.
Sau da yawa Allah yakan bayyana mataki na gaba ne kawai bayan an zaɓi biyayya. Ba a gina bangaskiya ta hanyar ƙuduri ba, amma ta hanyar motsi.

Gwajin Zuciya

Zauna da waɗannan tambayoyin a hankali.

1. **Ina kake jiran tabbaci kafin ka yi biyayya?**
2. **Me ke faruwa idan haske ya ji bai cika ba?**
3. **Wane mataki na aminci ne Allah zai iya gayyatarka ka ɗauka yanzu?**

Aikin Yau (Imani da Motsi)

Aikin yau shine **motsi mai biyayya** .

Gano **ƙaramin mataki ɗaya na biyayya** da ka jinkirta saboda kana son ƙarin haske.
Ɗauki wannan matakin a yau.
Kada ka yi gaggawa.
Kada ka yi masa wasan kwaikwayo.
Kawai ka motsa.

Addu'a
Ya Uba,
Ka koya mini bangaskiyar da ke tafiya gaba. Ka 'yantar da ni daga buƙatar cikakken tabbaci kuma ka ƙarfafa amincewata a gare Ka. Ka taimake ni in yi biyayya da hasken da nake da shi kuma in amince da Kai don shiryar da mataki na gaba. Ina sa amincewata a gare Ka. Amin.

Sanarwa
Yi wannan da babbar murya:
Ina tafiya ta bangaskiya, ba ta gani ba.
Biyayya ba ta jiran tabbas. Allah ne ke shiryar da ni yayin da nake ci gaba. Na dogara gare shi fiye da abin da na fahimta.
Imanina yana aiki kuma yana da rai.

Jajircewa ga Biyayya
A yau, na sadaukar da kai ga **biyayya mai cike da imani** .
Ba zan jinkirta daidaito ba yayin da nake jiran cikakken haske.
Na zaɓi amincewa da ci gaba.

Gabatarwar Rufewa
Kana gab da ƙarshen tafiyar.
Gobe, za mu bincika **yadda biyayya ke sake fasalin fahimtarmu game da kammalawa—ba kamar isowa ba, amma a matsayin aminci na tsawon rai** .

Rana ta Talatin

Aminci Ba Tare da Layukan Karshe ba

Dalilin da Ya Sa Biyayya Hanya Ce Ta Rayuwa, Ba Makoma Ba

NASSOSHI MASU MAFI MUHIMMANCI

- **Filibiyawa 3:12–14** — *Ba wai na riga na sami duk wadannan ba… amma ina ci gaba da haka.*
- **Luka 9:62** - *Babu wanda ya mika hannu a kan garma ya kalli baya, bai cancanci mulkin Allah ba.*
- **Ibraniyawa 12:1–2** — *Bari mu yi tseren da hakuri.*

Karatun Littafi Mai Tsarki (Karanta A Hankali)
"Ba wai na riga na cimma duk wannan ba,
ko kuma na riga na cimma burina, amma ina ci gaba da ci gaba..."
- Filibiyawa 3:12
Dakata.
Lura cewa ko da balaga ba ta yarda da harshen isowa ba.

Tunani na Ibada
Muna fuskantar jarabar daukar biyayya a matsayin aiki.
Muna neman abubuwan da suka faru, alamun kammalawa, lokutan da za mu iya cewa, *"Na iso."* Nassosi a hankali ya wargaza wannan tsammanin. Rayuwar Kirista ba ta karewa da kwarewa ba—tana ci gaba da aminci.
Kammalawa, a cikin Littafi Mai Tsarki, ba game da gama zama ba ne.
Yana game da kasancewa tare.

Kafin **CS Lewis** ya kai ƙarshen rayuwarsa, biyayya ta riga ta koya masa wani abu mai mahimmanci: babu wata sigar imani inda ake buƙatar ci gaba. Ko da haske yana gayyatar zurfafa mika wuya. Har ma balaga tana buƙatar ci gaba da tawali'u. Bulus—ɗaya daga cikin muryoyi mafi ƙarfi a cikin Littafi Mai Tsarki—ya ƙi yin magana kamar ya iso. Maimakon haka, ya ci gaba. Wannan matsayi yana kare biyayya daga girman kai kuma yana sa bangaskiya ta amsa maimakon tsayawa cak. Rana ta 30 tana gayyatarku da ku fitar da ra'ayin kammalawa a matsayin isowa.

Biyayya ba ta ƙarewa da jin daɗi ba.

Tana komawa ga **daidaito** .

Aminci ba abu ne mai ban mamaki ba. Yana da daidaito.

Yana sake zaɓar daidaito gobe. Yana ci gaba da tseren ba tare da tafi ba, ba tare da tabbas ba, ba tare da tunanin cewa an gama aikin ba.

Wannan ba ya sa mutum ya karaya ba.

Yana 'yantar da kansa.

Ba sai ka kai ga ƙarshe ba.

An gayyace ka ka ci gaba da kasancewa da aminci yayin da ake kafa ka.

Allah yana kammala aikinsa ba ta hanyar gaggawar zuwa ga ƙarshe ba, amma ta hanyar ci gaba da riƙe mu a cikin tafiyar.

Gwajin Zuciya

Zauna da waɗannan tambayoyin a hankali.

1. **Ina aka jarabce ka ka auna rayuwar ruhaniya ta hanyar isowa maimakon aminci?**
2. **Yaya kake mayar da martani ga ra'ayin cewa samuwar ta ci gaba har abada?**
3. **Yaya "matsawa" yake a rayuwarka a yanzu?**

Aikin Yau (Kyakkyawan Alƙawari)

Aikin yau **sabon salo ne** .

Yi addu'a a hankali:

"Ya Ubangiji, na yi alƙawarin yin biyayya cikin aminci yau—da kuma gobe."
Babu ƙuduri.
Babu layukan ƙarshe. Kawai daidaitawa.

Addu'a
Ya Uba,
Ka 'yantar da ni daga ruɗani na isowa. Ka koya mini aminci wanda ke tsayawa tsayin daka. Ka taimake ni in ci gaba da tawali'u, juriya, da aminci. Na ɗora hannuna a kan noma kuma na zaɓi kada in waiwaya baya. Ka riƙe ni yayin da kake ci gaba da aikinka a cikina. Amin.

Sanarwa
Yi wannan da babbar murya:
Ba na rayuwa don isowa—Ina rayuwa don daidaitawa.
Biyayya ita ce kiran rayuwata. Ina ci gaba da aminci da aminci.
Allah yana kammala aikinsa a cikina akan lokaci. Ina nan a tsaye a tseren da ke gabana.

Jajircewa ga Biyayya
A yau, na sadaukar da kaina ga **aminci har abada** .
Ina sakin buƙatar kammalawa a matsayin isowa kuma na zaɓi biyayya mai ɗorewa a matsayin hanyar rayuwata.

Gabatarwar Rufewa
Wannan ba ƙarshen ba ne.
Yana da **tsayayyen yanayi** .
Abin da zai biyo baya yanzu ba zai ƙara matsin lamba ba - zai zurfafa aikin.

Rana ta Talatin da Daya

Rayuwarka Kamar Rubutu

Lokacin da Biyayya ta Matsar daga Karatu zuwa Rayuwa

Littattafan Mahimmanci Masu Mahimmanci

- **2 Korintiyawa 3:2-3** — *Ku kanku wasiƙarmu ce… ba a rubuta tawadar ba amma an rubuta ta da Ruhun Allah mai rai.*
- **Matiyu 7:24–27** — *Mutum mai hikima yana amfani da waɗannan kalmomi.*
- **Yakubu 1:23-25** — *Duk wanda ya duba sosai… bai manta ba amma ya yi—za a yi masa albarka.*

Karatun Littafi Mai Tsarki (Karanta A Hankali)
"Ku kanku wasiƙarmu ce,
wadda aka rubuta a zukatanmu, kowa ya san ta kuma ya karanta ta."
- 2 Korintiyawa 3:2
Dakata.
Lura da **wanda ake karantawa** .

Tunani na Ibada
Har zuwa wannan lokacin, kana karanta rayuka, Nassosi, da gaskiya.
Daga nan, **rayuwarka ta zama rubutu** .
Tsarin Kirista ba ya ƙarewa da fahimta. Yana ƙarewa da tsari.
Nassosi ba ya tambaya ko an yaba da gaskiya—yana tambaya

ko an rayu da *ita* . Ma'aunin ƙarshe na wannan tafiya ba shine abin da ka sha ba, amma abin da ya fara tsara zaɓinka na yau da kullun.

Wannan shine inda masu imani da yawa ke shakka.

Ya fi aminci a karanta fiye da yin aiki.

Ya fi aminci a yi tunani fiye da sake tsara tsari. Ya fi aminci a yarda fiye da bayyanawa.

Duk da haka, Nassosi ya nace cewa duniya tana haɗuwa da Kristi ba ta hanyar rubutu ba, amma ta hanyar **mutane** . Ta hanyar magana, amsawa, haƙuri, kamewa, ƙarfin hali, jinƙai, da aminci sun rayu a wurare na yau da kullun.

Rana ta 31 ta nuna canji.

Ba ka ƙara karantawa game da biyayya ba.

Ana gayyatarka ka **zama mai sauƙin karantawa** .

Ayyukanka, alaƙarka, halayenka, da nauyin da ke kanka yanzu suna da nauyi. Tambayar ba wai *"Menene ma'anar wannan ba?" ce* , amma *"Ta yaya za a rayu da wannan?"*

Ba kwa buƙatar sabon matsayi ko dandamali.

Kuna buƙatar daidaitawa inda kuka riga kuka tsaya.

Ruhu yana rubutu a sarari inda ake yin biyayya akai-akai—a cikin girki, ofisoshi, tattaunawa, takaici, yanke shawara wanda babu wanda ya lura da shi. Nan ne ake samar da wasiƙu masu rai.

Tun daga wannan lokacin, kowace rana za ta gabatar da **wani yanayi na rayuwa** , ba darasi ba. Ba a buƙatar ka yi nazari a kai ba. Ana buƙatar ka rayu a cikinsa.

Gwajin Zuciya

Zauna da waɗannan tambayoyin a hankali.

1. **Ina rayuwarka take "karatu" daga wasu?**
2. **Waɗanne alamu ne a rayuwarka ta yau da kullum suka fi bayyana imaninka a fili?**
3. **Me zai sa a rayu da sanin cewa rayuwarka shaida ce?**

Aikin Yau (Ganin Da Niyya)

Aikin yau shine **daidaita kai da sanin yakamata** .
Zaɓi **tsari ɗaya na yau da kullun** da za ku shiga a yau—aiki, gida, tattaunawa, da kuma aiki.
Kafin ka shiga, yi addu'a:
"Ya Ubangiji, bari rayuwata ta zama mai sauƙin fahimta a nan."
Sai a ci gaba da yi kamar yadda aka saba—amma a hankali.

Addu'a
Ya Uba,
ina ba ka rayuwata ta yau da kullun. Ka koya mini yadda zan rayu ta hanyar da ke nuna gaskiya ba tare da aiki ko zato ba. Rubuta alherinka a cikin ayyukana, kalmomi na, da amsoshina. Bari rayuwata ta yi magana a hankali kuma a sarari. Amin.

Sanarwa
Yi wannan da babbar murya:
Rayuwata wasiƙa ce mai rai ta Almasihu.
Ruhun Allah yana rubutu ta wurin biyayyata. Ina rayuwa cikin kulawa da aminci. Rayuwata ta yau da kullun tana shaida gaskiya. Ina zama mai sauƙin karantawa ga duniya.

Jajircewa ga Biyayya
A yau, na kuduri aniyar **rayuwa da gangan** .
Na zabi wayar da kan jama'a maimakon gwajin atomatik da daidaitawa maimakon rashin gani.

Gabatarwar Rufewa
Daga nan gaba, hankali zai ragu.
Ba wai ga tauhidi ba,
amma ga **aiki** .
Gobe, za mu binciki **yadda ake bayyana biyayya ta hanyar martaninmu a ƙarƙashin matsin lamba** .

Rana ta Talatin da Biyu

Abin da ke Fitowa ƙarƙashin Matsi

Yadda Ake Bayyana Biyayya Lokacin da Aka Rasa Iko

Littattafan Mahimmanci Masu Mahimmanci

- **Luka 6:43–45** — *Daga cikin tarin zuciya baki ke magana.*
- **Karin Magana 4:23** - *Ka kiyaye zuciyarka, domin duk abin da kake yi yana fitowa daga gare ta.*
- **1 Bitrus 1:6-7** — *Gwaji suna zuwa domin a tabbatar da sahihancin bangaskiyarku.*

Karatun Littafi Mai Tsarki (Karanta A Hankali)

"Gama baki yana faɗar abin da zuciya ta cika da shi."
- Luka 6:45
Dakata.
Lura cewa matsin lamba ba ya haifar da abun ciki—yana **bayyana** shi.

Tunani na Ibada

Matsi abu ne mai bayyanawa.
Ba ya ƙirƙira sabbin martani; yana fallasa samuwar da ke akwai. Lokacin da aka rasa iko—ta hanyar damuwa, katsewa, rikici, ko rashin jin daɗi—abin da saman ke nuna mana irin biyayya da ke wanzuwa a ƙarƙashin saman.
Wannan ba shi da daɗi, amma kuma yana bayyana hakan.
Sau da yawa muna hukunta kanmu ta hanyar niyya. Allah yana samar da mu ta hanyar **amsawa** . A ƙarƙashin matsin lamba, niyya tana ba da hanya ga ilhami. Kuma ilhami yana fadin gaskiya game da abin da ya samo asali.

Rana ta 32 tana gayyatarku da ku ga matsin lamba ba a matsayin makiyi ba, amma a matsayin bayani.
Idan rashin haƙuri ya bayyana, yana bayyana inda gaggawa ke mulki.
Idan tsaro ya tashi, yana bayyana inda iko ke riƙewa. Idan tausayi ya bayyana, yana bayyana inda biyayya ta yi aikinsa a hankali.
Matsi ba yana nufin gazawa ba.
Yana nufin fallasawa.
Allah yana amfani da matsin lamba don ya mayar da hankali kan daidaito—ba don ya kunyata mu ba, amma don ya nuna mana inda har yanzu ake ci gaba da samun tsari. Waɗannan lokutan gayyata ne, ba zargi ba.
Ba a buƙatar ka kawar da matsin lamba ba.
Ana gayyatar ka ka koyi darasi daga gare shi.
Idan biyayya ta tsara zuciya, matsin lamba zai zama shaida. Yana nuna wa duniya abin da ke mulkinka idan yanayi bai yi aiki tare ba.

Gwajin Zuciya

Zauna da waɗannan tambayoyin a hankali.

1. **Wadanne martani ne ke bayyana idan kana cikin matsin lamba?**
2. **Menene waɗannan halayen suka bayyana game da abin da har yanzu ake samarwa?**
3. **Ta yaya matsin lamba zai iya zama malami maimakon barazana?**

Aikin Yau (Amsa Mai Hankali)

Aikin yau shine **a rage saurin amsawa a ƙarƙashin matsin lamba** .
Idan wani abu ya kawo cikas ga shirye-shiryenka a yau—jinkiri, takaici, da katsewa—ka dakata kafin ka mayar da martani.

Ka yi numfashi ɗaya.
Sannan ka zaɓi amsar da ta dace da gaskiya maimakon motsin rai.
Kada ka yi nufin kamala.
Ka yi nufin sanin ya kamata.

Addu'a

Uba,

Na gode da ka nuna min abin da matsin lamba ke bayyanawa. Ka koya mini yadda zan mayar da martani maimakon mayar da martani. Yi amfani da lokutan damuwa don zurfafa daidaitota, ba don hana biyayyata ba. Ka samar da zuciyata inda ake gwada iko. Amin.

Sanarwa

Yi wannan da babbar murya:
Matsi yana bayyana abin da Allah ke ƙirƙira a cikina.
Ina amsawa da sani, ba da son rai ba. Biyayya tana siffanta martanina a ƙarƙashin matsin lamba. Allah yana amfani da matsin lamba don zurfafa daidaito. Ina kasancewa da ƙarfi lokacin da aka gwada iko.

Jajircewa ga Biyayya

A yau, ina mai da **hankali kan amsawa** .
Ba zan ji tsoron matsin lamba ko ɓoyewa daga abin da zai bayyana ba. Ina barin Allah ya yi amfani da shi don ƙirƙirar abubuwa.

Gabatarwar Rufewa

Matsi ba ya canza tsari.
Yana **bayyana** shi.
Gobe, za mu binciki **yadda ake bayyana biyayya ta hanyar daidaito a cikin ƙananan zaɓuka masu maimaitawa** .

Rana ta Talatin da Uku

An ƙirƙira ta Abin da Kake Maimaitawa

Dalilin da Ya Sa Ake Gina Biyayya Ta Hanyar Kananan Zaɓuɓɓuka Masu Aminci

Littattafan Mahimmanci Masu Mahimmanci

- **Luka 16:10** - *Duk wanda yake da aminci a ƙaramin abu, to, shi ma yana da aminci a cikin abu mai yawa.*
- **Galatiyawa 6:7-9** - *Kada ku gaji da yin nagarta...*
- **Zabura 1:1-3** - *Wannan mutumin kamar itace ne da aka dasa kusa da ƙoramu…*

Karatun Littafi Mai Tsarki (Karanta A Hankali)
"Duk wanda yake da aminci a ƙaramin abu,
mai aminci ne a babban abu."
- Luka 16:10
Dakata.
Lura cewa ana auna aminci ne **akan lokaci** , ba a cikin lokaci ba.

Tunani na Ibada
Yawancin tsari yana faruwa a hankali.
Ba a lokutan da suka dace ba, amma a lokutan da suka maimaita. Ba ta hanyar biyayya mai ban mamaki ba, amma ta hanyar daidaito mai daidaito. Nassosi sun tabbatar da wannan gaskiyar akai-akai: wanda muke zama yana da tsari ta abin da muke yi **sau da yawa** fiye da abin da muke yi **lokaci-lokaci** . Mukan yi la'akari da ƙarfin zaɓi ɗaya kawai kuma mu rage girman ikon maimaitawa.

Biyayya, wadda ake yi akai-akai, tana zama hali. Kananan ayyuka, waɗanda ake maimaitawa kowace rana, suna samar da siffofi waɗanda daga ƙarshe suke jin kamar na halitta.
Wannan shine yadda daidaito ke shiga cikin jiki da nufinsa—ba ta hanyar ƙarfi ba, amma ta hanyar aminci.
Rana ta 33 tana gayyatarku da ku kalli salon rayuwarku da gaske.
Daidaito yana bayyana biyayya.
Abin da ka maimaita yana bayyana abin da ke mulkinka. A tsawon lokaci, biyayya akai-akai tana daidaita sha'awa, tana sake tsara yanayin tunani, kuma tana daidaita martani.
Wannan shine dalilin da ya sa Nassosi ke kwatanta mutum mai aminci da itace—wanda aka kafa, aka ciyar da shi, kuma yake da ƙarfi. Girma yana da jinkiri, amma tabbas ne.
Daidaito kuma yana kare mu daga karaya.
Idan muka nemi ci gaba kawai a cikin babban sauyi, muna rasa abin da ke samuwa a hankali. Allah yakan yi aiki a ƙarƙashin gani, yana ƙarfafa tushe kafin ya samar da 'ya'ya.
Maimaitawa yana horar da aminci. Yana ba da damar biyayya ta wuce motsin rai, kwarin gwiwa, da yanayi.
Ba kwa buƙatar biyayya ta musamman a yau.
Kuna buƙatar maimaitawa cikin aminci.

Gwajin Zuciya

Zauna da waɗannan tambayoyin a hankali.

1. **Waɗanne ƙananan zaɓuka kake maimaitawa akai-akai kowace rana?**
2. **Wadanne halaye ne ke tsara halinka a halin yanzu—da gangan ko ba da gangan ba?**
3. **Ina Allah zai iya gayyatarka ka yi aikin aminci cikin natsuwa maimakon canji mai ban mamaki?**

Aikin Yau (Maimaitawa Mai Aminci)

Aikin yau aiki ne **mai maimaitawa** .

Zaɓi **ƙaramin aiki ɗaya na biyayya** da za ka iya maimaitawa kowace rana—addu'a, karatun Littafi Mai Tsarki, kirki, kamewa, da godiya.
Yi shi a yau **ba tare da kayan ado ba** .
Sai ku yi alƙawarin maimaita shi gobe.

Addu'a
Uba,
Ka koya mini daraja aminci fiye da ƙarfi. Ka taimake ni in amince da ikon biyayya mai natsuwa da ake maimaitawa akai-akai. Ka gina halina ta hanyar daidaito mai kyau, kuma ka ƙarfafa ƙudurina na ci gaba da kasancewa da aminci a ƙananan abubuwa. Ina ba ka daidaitona.
Amin.

Sanarwa
Yi wannan da babbar murya:
Allah yana gina rayuwata ta hanyar maimaitawa cikin aminci. Kananan ayyukan biyayya suna siffanta hali mai ɗorewa. Ina kasancewa cikin daidaito. Abin da nake maimaitawa yana nuna amincina. Ina ƙara tushe, haƙuri, da aminci.

Jajircewa ga Biyayya
A yau, ina mai da hankali kan **aminci mai dorewa** .
Ina zaɓar biyayya akai-akai maimakon tsanani lokaci-lokaci.

Gabatarwar Rufewa
Tsarin yana zurfafa ta hanyar maimaitawa.
Gobe, za mu binciki **yadda ake bayyana biyayya ta hanyar kamewa—abin da muka zaɓi kada mu yi** .

Rana ta Talatin da Huɗu

Biyayya ga Kanƙantawa

Me Yasa Abin da Ka Ki Yake da Muhimmanci Kamar Abin da Ka Zaɓa

Littattafan Mahimmanci Masu Mahimmanci

- **Titus 2:11–12** — *Alheri ya koya mana mu ce "A'a" ga rashin ibada…*
- **Misalai 25:28** — *Kamar birnin da aka rushe ganuwarsa, haka nan mutumin da ba shi da ikon kame kansa yake.*
- **1 Korintiyawa 6:12** — *"Ina da ikon yin komai," ka ce—amma ba komai ne ke da amfani ba.*

Karatun Littafi Mai Tsarki (Karanta A Hankali)
"Alherin Allah... yana koya mana mu ce 'A'a.'"
- Titus 2:12
Ka dakata.
Ka lura cewa kamewa ba doka ba ce—abin da **aka horar da shi ta hanyar alheri** .

Tunani na Ibada
Yawancin biyayya ba a gani.
Sau da yawa muna danganta biyayya da aiki—magana, hidima, zaɓi, da motsawa. Littafi Mai Tsarki ya bayyana wani nau'i wanda ya fi shiru kuma kamar yadda yake: **kamewa** . A wasu lokutan ana nuna biyayya ba ta abin da muke bi ba, amma ta abin da muka ƙi.
Hana tsari yana kare samuwar.
Ba duk abin da aka yarda da shi ba ne yake da amfani. Ba kowace dama ce ta dace ba. Ba kowace sha'awa ce ta cancanci

a bayyana ba. Alheri yana koya mana fahimta—hikimar faɗin a'a ba tare da tsoro ba kuma ba tare da alfahari ba.

Irin wannan biyayya ba kasafai take samun tabbaci ba. Babu wanda ya yaba wa abin da ba ka faɗa ba, hujjar da ba ka ƙara ba, damar da ka ƙi, da kuma sha'awar da ka hana. Duk da haka waɗannan lokutan suna siffanta hali sosai.

Rana ta 34 tana gayyatarku ku fahimci kamewa a matsayin balaga ta ruhaniya.

Hanawa ba rauni ba ne.

Ƙarfi ne da ke ƙarƙashin iko.

Yana nuna rayuwa da ba ta da wani iko ko matsin lamba da ke iko da ita, sai dai ta hanyar daidaitawa. Idan biyayya ta daidaita sosai, kamewa ta zama ta halitta—ba dole ba. Muna koyon tsayawa, fahimta, da kuma zaɓar shiru ko ƙin yarda idan daidaito ya buƙaci hakan.

Abin da ka ƙi shi ne ke bayyana abin da ke mulkinka. Mutumin da ba zai iya cewa a'a ba, ba shi da 'yanci. Mutumin da aka horar da shi ta hanyar alheri ya san lokacin da kamewa ke kare zaman lafiya, mutunci, da ƙauna. Irin wannan biyayya tana kare rayuwa ta ciki kuma tana kiyaye 'ya'yan da aka riga aka samar.

Gwajin Zuciya

Zauna da waɗannan tambayoyin a hankali.

1. **A ina kake ganin ya fi wahalar yin kamun kai—magana, amsawa, sha'awa, dama?**
2. **Me ke haifar da tsoro idan ka yi la'akari da cewa a'a?**
3. **Ta yaya kamewa zai iya yin aiki da daidaito maimakon iyakance shi?**

Aikin Yau (Hana Niyya)

Aikin yau shine **zaɓi na a'a** .

Kula da kanka na **ɗan lokaci a yau** inda kake jin sha'awar amsawa, amsawa nan take, ko kuma ka ce eh ta atomatik.

Dakatar.
Zaɓi ƙa'ida.
Yana iya zama shiru.
Yana iya zama jinkiri. Yana iya zama ƙin yarda.
Bari daidaito ya jagoranci.

Addu'a
Uba,
ka koya mini biyayya wadda ta haɗa da kamewa. Ka taimake ni in gane lokacin da nake faɗin a'a yana kare abin da kake ƙirƙirawa a cikina. Ka horar da sha'awata ta hanyar alheri, kuma ka ba ni hikima don zaɓar daidaito fiye da sha'awa. Ina dogara gare ka da abin da na saki.
Amin.

Sanarwa
Yi wannan da babbar murya:
Alherin Allah yana horar da kamun kai na.
Ba a tilasta ni in yi amfani da sha'awa ba. Biyayya tana siffanta abin da na ƙi da kuma abin da na zaɓa. Ina aiki da hikima da kamun kai. Rayuwata tana da tsari.

Jajircewa ga Biyayya
A yau, na sadaukar da kaina ga **kamewa mai cike da alheri** . Ina zaɓar daidaito fiye da sha'awa da kuma hikima maimakon amsawa.

Gabatarwar Rufewa
Hana tsari yana kare samuwar.
Gobe, za mu binciki **yadda ake bayyana biyayya ta hanyar gafara - musamman idan ta ɗauki wani abu** .

RANA TA TALATIN DA BIYAR

Kudin Gafara

Dalilin da Ya Sa Biyayya Wani Lokaci Ke Bukatar Barin Tafiya Ba Tare da Shawara Ba

Littattafan Mahimmanci Masu Mahimmanci

- **Matta 18:21-22** — *Sau nawa zan gafarta?*
- **Afisawa 4:31–32** — *Ku yafe wa junanku, kamar yadda Allah ya yafe muku cikin Almasihu.*
- **Romawa 12:19** - *Kada ku ɗauki fansa...*

Karatun Littafi Mai Tsarki (Karanta A Hankali)
"Ku yafe kamar yadda Ubangiji ya yafe muku."
- Afisawa 4:32
Ka dakata.
Ka lura da mizanin—ba adalci ba, amma Almasihu.

Tunani na Ibada
Yafewa yana ɗaya daga cikin ayyukan biyayya da ba a fahimce su ba.
Sau da yawa muna ɗaukar gafara a matsayin mafita ta motsin rai—jira har sai ciwo ya lafa, an dawo da aminci, ko kuma adalci ya ji kamar ya cika. Nassosi sun bayyana gafara ta wata hanya daban. Afuwa aiki ne na biyayya wanda **ke fitar da 'yancin iko akan sakamako** .
Yafewa ba ya hana cutarwa.
Ba ya ba da uzuri ga rashin adalci. Ba ya buƙatar sulhu.
Yana fitar da ikon mallakar hukunci.
Wannan yana sa gafara ta yi tsada.

Yafewa yana nufin barin amfani da ƙarfi. Yafewa yana nufin ƙin mayar da hankali kan abubuwan da ba za mu iya yi ba. Yafewa yana nufin amincewa da Allah da abin da ba za mu iya warwarewa da kanmu ba. Irin wannan biyayya ba ta jin 'yanci da farko—yana jin kamar asara.
Duk da haka Littafi Mai Tsarki ya nace cewa ita ce hanyar samun 'yanci.
Rana ta 35 tana gayyatarka ka ga gafara ba a matsayin wani abu da kake jin an shirya maka ba, amma a matsayin wani abu da za a iya kiranka ka **zaɓa** . Yafewa ba yarjejeniya ce da abin da ya faru ba. Daidaito ne da halin Allah idan aka fuskanci abin da ya faru.
Biyayya a nan shiru ne kuma ba a gani.
Babu wanda ke yaba gafara idan ta jawo mutunci, girman kai, ko kuma rufin iko. Duk da haka, a nan ne tsari ke zurfafa.
Yafewa yana karya zagayar fushi da biyayya a wani wuri ba za ta iya kaiwa ba.
Yafewa ba mantawa ba ce.
Yana nufin mika hakkin ramawa.
Sau da yawa ana maimaita wannan biyayya—ba sau ɗaya ba, amma sau da yawa. Ana iya buƙatar a sake zaɓar gafara, musamman lokacin da tunawa ta sake bayyana. Kowane zaɓi yana fitar da ɗan ƙarin iko kuma yana dawo da ɗan ƙarin kwanciyar hankali.

Gwajin Zuciya

Zauna da waɗannan tambayoyin a hankali.

1. **Ina ka kwatanta gafara da shiri na motsin rai?**
2. **Wanene ko menene Allah zai iya gayyatarka ka saki—ba yanke shawara ba—a yanzu?**
3. **Wane iko kake da shi wanda gafarar za ta buƙaci ka mika wuya?**

Aikin Yau (An Fitar Ba Tare da An Yi Mayar da Hankali Ba)

Aikin yau shine **saki da gangan** .

Ka kawo **laifi ɗaya da ba a warware ba** a gaban Allah—ƙarami ko babba.
Yi addu'a da gaskiya:
"Ya Ubangiji, na saki ikona na sarrafa wannan."
Kada ka tilasta wa kanka jin daɗi.
Kada ka yi gaggawar zaman lafiya.
Kawai saki.

Addu'a
Uba,
Ka ga farashin gafara. Ka san inda biyayya take da nauyi. Ka koya mini yadda zan saki iko ba tare da ɗaci ba kuma in amince da kai da abin da ba zan iya gyarawa ba. Na zaɓi gafara a matsayin daidaitawa, ba kamar musantawa ba. Amin.

Sanarwa
Yi wannan da babbar murya:
Ina gafartawa kamar yadda Almasihu ya gafarta mini.
Biyayya tana sakin iko. Ina ƙin ɗacin rai da ramawa. Allah ne mai kare ni kuma alƙalina. Ina tafiya cikin 'yanci ta hanyar gafara.

Jajircewa ga Biyayya
A yau, ina da niyyar **yin afuwa cikin biyayya** .
Ina 'yantar da 'yancina na sarrafa sakamako kuma ina dogara ga Allah da adalci da warkarwa.

Gabatarwar Rufewa
Yafewa tana 'yantar da rai.
Gobe, za mu bincika **yadda ake bayyana biyayya ta hanyar tawali'u—musamman lokacin da girman kai ya ji daidai**
.

RANA TA TALATIN DA SHIDA

Biyayya ga Tawali'u

Dalilin da yasa barin girman kai ke kare tsari

Littattafan Mahimmanci Masu Mahimmanci

- **Filibiyawa 2:5-8** - *Ya ƙasƙantar da kansa ta wurin yin biyayya har zuwa mutuwa...*
- **Yaƙub 4:6** — *Allah yana ƙin masu girman kai amma yana nuna alheri ga masu tawali'u.*
- **Misalai 11:2** - *Lokacin da girman kai ya zo, to, kunya ta zo, amma hikima tana tare da tawali'u.*

Karatun Littafi Mai Tsarki (Karanta A Hankali)
"Ya ƙasƙantar da kansa
ta wurin yin biyayya..."
- Filibiyawa 2:8
Dakata.
Lura cewa tawali'u an **zaɓi shi ne** , ba a ɗauka a matsayinsa ba.

Tunani na Ibada
Sau da yawa ana fahimtar tawali'u a matsayin rashin tunani game da kai.
Littafi Mai Tsarki ya bayyana tawali'u ta hanyoyi daban-daban.
Tawali'u ba goge kai ba ne; ' **yanci ne daga kariyar kai** .
Biyayya ce da ba ta buƙatar tabbatarwa, karewa, ko mamayewa domin jin aminci.
Girman kai yana tsayayya da biyayya da dabara.
Ba koyaushe yake kama da girman kai ba. Sau da yawa yana bayyana a matsayin hujja— *na cancanci wannan* , *na yi daidai* , Ya kamata *su san mafi kyau* . Girman kai yana nacewa a gan shi, a

tabbatar da shi, ko a tabbatar da shi daidai. Tawali'u yana sakin wannan buƙatar.
Wannan yana da tsada.
Tawali'u yana roƙonmu mu yi watsi da haƙƙin da ake da shi na a fahimce mu, a yaba mana, ko a tabbatar da mu. Ba ya musanta gaskiya; yana dogara ga Allah da kariyar sa. Wannan yanayin yana jin haɗari domin yana kawar da dabarun da muka saba amfani da su don iko.
Duk da haka Littafi Mai Tsarki ya bayyana sarai: tawali'u yana jawo alheri.
Inda girman kai ke tilasta biyayya, tawali'u yana ƙarfafa ta. Yana samar da sarari don gyara ba tare da rugujewa ba, don hidima ba tare da ɓacin rai ba, don biyayya ba tare da aiki ba.
Rana ta 36 tana gayyatarku da ku duba inda girman kai zai iya zama a hankali yana hana samuwar.
Girman kai sau da yawa yana ɓoyewa a bayan ƙwarewa.
Tawali'u yana nan a cikin daidaito.
Yesu bai ƙasƙantar da kansa ba domin yana da rauni. Ya ƙasƙantar da kansa domin yana da aminci. Biyayyarsa ta fito ne daga asali, ba rashin tsaro ba. Wannan ita ce tawali'un da Littafi Mai Tsarki ke kira mu zuwa gare shi—ba ja da baya ba, amma yana sakin muhimmancin kai.
Tawali'u ba ya rage maka.
Yana 'yantar da kai.

Gwajin Zuciya

Zauna da waɗannan tambayoyin a hankali.

1. **Ina kake jin sha'awar kare kanka ko kuma tabbatar da darajarka?**
2. **Waɗanne yanayi ne ke haifar da girman kai da aka ɓoye a matsayin hujja?**
3. **Ta yaya tawali'u zai iya kare biyayya a lokacin da kake ciki?**

Aikin Yau (Zaɓaɓɓun Tawali'u)

Aikin yau shine **daidaitawa mara tabbas** .

Ka lura da **wani lokaci a yau** da kake jin sha'awar yin:

- Gyara wani
- Kare matsayinka
- Tabbatar an nuna maka ko kuma an yaba maka

Dakata.
Zaɓi tawali'u.
Za ka iya yin shiru.
Za ka iya barin Allah ya kare gaskiya a kan lokaci.

Addu'a
Uba,
Ka koya mini tawali'u wanda ke sakin iko. Ka 'yantar da ni daga buƙatar kare kaina ka kuma taimake ni in amince da kai da sunana.
Ka samar mini da tawali'un Kristi—mai aminci, mai biyayya, kuma mai 'yanci. Na zaɓi daidaito fiye da girman kai. Amin.

Sanarwa
Yi wannan da babbar murya:
Ina tafiya cikin tawali'u na Kristi.
Biyayya tana sakin buƙatata ta kare kaina. Allah yana adawa da girman kai kuma yana ba da alheri ga masu tawali'u. Ina dogara ga Allah da sunana. Tawali'u yana ƙarfafa biyayyata.

Jajircewa ga Biyayya
A yau, na sadaukar da kaina ga **biyayya mai tawali'u** .
Ina sakin girman kai, hujja, da kariyar kai sannan na zaɓi daidaito bisa aminci.

Gabatarwar Rufewa
Tawali'u yana kare samuwar halitta.
Gobe, za mu binciki **yadda ake bayyana biyayya ta hanyar juriya—lokacin da biyayya take jin kamar ba a gani** .

Rana ta Talatin da Bakwai

Lokacin da Dole ne Biyayya ta Dore

Dalilin da Ya Sa Juriya Ita Ce Alamar Natsuwa Ta Balaga

Littattafan Mahimmanci Masu Mahimmanci

- **Ibraniyawa 10:36** - *Kana buƙatar ka dage domin idan ka yi nufin Allah, za ka sami abin da ya yi alkawari.*
- **Yaƙub 5:7–8** — *Ku yi haƙuri… ku ƙarfafa zukatanku.*
- **Galatiyawa 6:9** - *Kada mu gaji da yin nagarta...*

Karatun Littafi Mai Tsarki (Karanta A Hankali)
"Ya kamata ku dage
domin idan kun aikata nufin Allah, ku sami abin da ya yi muku alkawari."
- Ibraniyawa 10:36
Ka dakata.
Ka lura cewa juriya tana bin biyayya—ba kafin ta ba.

Tunani na Ibada
Wasu nau'ikan biyayya gajeru ne.
Wasu kuma suna buƙatar **juriya** .
Juriya ita ce biyayya da aka tsawaita tsawon lokaci—aminci wanda ke ci gaba ba tare da lada a bayyane ba, ƙarfafa motsin rai, ko tabbatarwa ta waje. Yana ɗaya daga cikin alamun balaga ta ruhaniya, daidai saboda ba kasafai yake faruwa ba.
Yawancin mutane za su iya yin biyayya na ɗan lokaci.
Kadan ne daga cikin waɗanda ke koyon kasancewa da aminci a kowane lokaci.
Juriya tana gwada dalili.

Idan aka ƙarfafa biyayya ta hanyar sabon abu, ƙarfin hali yana ɗaukarsa na ɗan lokaci. Idan sabon abu ya shuɗe kuma ƙarfin hali ya ragu , juriya tana bayyana ko biyayya ta samo asali ne daga daidaito ko motsin rai. Nan ne yawancin masu bi ke rabuwa a hankali—ba ta hanyar tawaye ba, amma ta hanyar gajiya.

Littafi Mai Tsarki yana magana kai tsaye game da wannan lokacin: *Kada ku gaji da yin nagarta.*

Gajiya ba yana nufin biyayya ba daidai ba ce.

Sau da yawa yana nufin biyayya ta daɗe.

Rana ta 37 tana gayyatarku ku girmama amincin da yake jin kamar ba a gani ba. Allah ba ya auna biyayya da ƙarfi kawai. Yana girmama juriya—sha'awar ci gaba da kasancewa tare lokacin da tafiyar ta yi ta maimaitawa ko kaɗaici.

Juriya ba taurin kai ba ce.

Aminci ne da aka tsawaita tsawon lokaci.

Yana cewa: *Zan ci gaba ko da lokacin da fahimta ta jinkirta.*
Zan ci gaba da aminci ko da lokacin da tabbatarwa ba ta nan.
Zan dogara ga alkawuran Allah ba tare da buƙatar shaida nan take ba.

Irin wannan biyayya tana siffanta zurfi.

Ba za a iya gaggawar samun abin da juriya ke samarwa ba.

Yana daidaita hali, yana ƙarfafa bege, kuma yana kare biyayya daga rugujewa idan yanayi ya canza.

Gwajin Zuciya

Zauna da waɗannan tambayoyin a hankali.

1. **Ina kake jin gajiya a cikin biyayyarka a yanzu?**
2. **Me ke jarabtar ka ka daina shiga cikin jama'a—ba da ƙarfi ba, amma a hankali?**
3. **Ta yaya juriya za ta iya zama aikin da Allah yake yi a wannan lokacin?**

Aikin Yau (Jurewa da Aminci)

Aikin yau shine **ci gaba da biyayya** .

Zaɓi **wani aiki na biyayya** da ka yi da aminci—ko da kuwa yana da maimaitawa ko kuma ba a lura da shi ba.
A sake yi a yau.
Ba da himma ba.
Da jajircewa.

Addu'a
Ya Uba,
Ka ƙarfafa ni inda biyayya take daɗe. Ka tsare ni daga gajiya da ke jan ni a hankali. Ka taimake ni in kasance da aminci lokacin da jinkiri da ƙarfafawa suka yi yawa. Ina fatan Ka ga abin da ba a gani kuma Ka girmama abin da ke jurewa. Amin.

Sanarwa
Yi wannan da babbar murya:
Ina dagewa wajen biyayya.
Allah yana ƙarfafa ni idan aminci ya daɗe. Ba na gajiya wajen yin alheri. Juriyata tana samar da balaga. Ina ci gaba da kasancewa cikin shiri har sai Allah ya kammala aikinsa.

Jajircewa ga Biyayya
A yau, na kuduri aniyar **yin biyayya mai ɗorewa** .
Na zaɓi aminci maimakon gajiya kuma na dogara ga Allah da lokacin 'ya'yan itace.

Gabatarwar Rufewa
Juriya tana ɗauke da biyayya
inda motsin rai ba zai iya ba.
Gobe, za mu binciki **yadda biyayya ke sake tsara dangantakarmu da bege ga wasu—ba kawai kanmu ba** .

RANA TA TALATIN DA TAKWAS

Biyayya Da Ke Ɗauki Wasu

Me yasa Tsarin Karatu yake Fadadawa Fiye da Kai Koyaushe

Littattafan Mahimmanci Masu Mahimmanci

- **Galatiyawa 6:2** — *Ku ɗauki nauyin junanku, ta wannan hanyar za ku cika dokar Almasihu.*
- **Romawa 15:1** - *Mu da muke da ƙarfi ya kamata mu ɗauki nauyin gazawar marasa ƙarfi.*
- **Kolosiyawa 1:9–10** — *Muna roƙon Allah koyaushe ya cika ku da sanin nufinsa…*

Karatun Littafi Mai Tsarki (Karanta A Hankali)
"Ku ɗauki nauyin junanku,
ta haka za ku cika dokar Almasihu."
- Galatiyawa 6:2
Dakata.
Lura cewa balaga tana bayyana kanta ta hanyar **ɗaukar nauyin wasu** .

Tunani na Ibada
Ba a taɓa nufin ƙirƙirar abu ya ƙare a cikin kai ba.
Yayin da biyayya ke girma, alkiblarta tana canzawa. Abin da ya fara yayin da daidaiton kai ya faɗaɗa zuwa damuwa, haƙuri, addu'a, da juriya **ga wasu** . Wannan ba saboda wasu ne suka zama alhakinmu na gyarawa ba, amma saboda ƙauna tana sake tsara yanayinmu ga su.
Biyayya da ta kasance a ciki a ƙarshe tana tsayawa.
Biyayya da ta zama a waje tana ƙaruwa.

Rana ta 38 tana gayyatarka ka fahimci wani sauyi mai natsuwa: yayin da Allah yake daidaita rayuwarka, haka kuma yana faɗaɗa ikonka na ɗaukar wasu—ba da mafita ba, amma da kasancewa tare. Ba da iko ba, amma da tausayi.

Ɗauki wasu ba yana nufin ɗaukar nauyinsu ba.

Yana nufin tafiya tare da su da aminci.

Wannan irin biyayya tana da haƙuri. Tana tsayayya da hukunci. Ba ta hanzarta girma ko buƙatar canji ba. Tana amincewa cewa Allah yana aiki a cikin wasu kamar yadda yake aiki a cikin ku—sau da yawa a hankali, sau da yawa ba a gani.

Biyayya ga manya tana haifar da sarari.

Sararin da mutane za su yi gwagwarmaya ba tare da an kore su ba.

Sararin da zai raunana ba tare da an yi Allah wadai ba. Sararin da zai bunƙasa ba tare da matsi ba.

Shi ya sa Littafi Mai Tsarki ya haɗa biyayya da addu'a ga wasu.

Roƙo shine biyayya da aka nuna ta hanyar ƙauna. Ya yarda cewa canji na Allah ne, ba mu ba.

Rana ta 38 ta mayar da tambayar daga *"Ta yaya ake siffanta ni?"* zuwa

"Wa Allah zai iya gayyatara in ɗauka da alheri?"

Gwajin Zuciya

Zauna da waɗannan tambayoyin a hankali.

1. **Wa ke zuwa a rai idan ka yi tunanin wani yana buƙatar haƙuri ko addu'a?**
2. **Ina ka ji sha'awar janyewa maimakon ɗaukar wasu?**
3. **Ta yaya biyayya za ta iya bayyana kanta ta hanyar tausayi maimakon gyara?**

Aikin Yau (Biyayya ga Allah)

Aikin yau **addu'a ce da gangan ga wani** .

Zaɓi **mutum ɗaya** —wanda ke fama, ko mai nisa, ko mai wahala.

Yi musu addu'a **ba tare da ajanda ba** :

- Ba don canji ba
- Ba don ƙuduri ba
- Kawai don kasancewar Allah da alherinsa a rayuwarsu

Ɗauke su a hankali yau.

Addu'a
Uba,
Na gode maka da faɗaɗa biyayyata fiye da kaina. Ka koya mini ɗaukar wasu da tawali'u da alheri. Ka 'yantar da ni daga hukunci da iko ka kuma samar da tausayi wanda ke nuna zuciyarka. Ina amincewa da kai ka yi aiki a cikin wasu kamar yadda ka yi aiki a cikina.
Amin.

Sanarwa
Yi wannan da babbar murya:
Biyayyata tana ɗauke da tausayi ga wasu.
Ina ɗaukar nauyi da haƙuri da alheri. Allah yana aiki ta hanyar addu'o'ina da kasancewata. Ina tafiya tare da wasu ba tare da hukunci ba. Soyayya tana faɗaɗa abin da biyayya ta samo asali.

Jajircewa ga Biyayya
A yau, na kuduri aniyar **yin biyayya ta zahiri** .
Na zabi tausayi fiye da janyewa, kuma na zabi addu'a fiye da iko.

Gabatarwar Rufewa
Biyayya tana faɗaɗa yayin da take girma.
Gobe, za mu bincika **yadda biyayya ke shirya mu don sakin iko gaba ɗaya—a hannun Allah** .

Rana ta Talatin da Tara

Biyayya ga 'Yanci

Lokacin da Imani Ya Sanya Sakamako Gaba ɗaya a Hannun Allah

Littattafan Mahimmanci Masu Mahimmanci

- **Zabura 37:5** - *Ka miƙa hanyarka ga Ubangiji; ka dogara gare shi, zai kuwa yi aiki.*
- **Matiyu 16:24-25** - *Duk wanda ya rasa ransa saboda ni zai same shi.*
- **1 Bitrus 5:6–7** — *Ku ƙasƙantar da kanku… ku zuba masa dukkan damuwarku.*

Karatun Littafi Mai Tsarki (Karanta A Hankali)

"Ka miƙa hanyarka ga Ubangiji;
ka dogara gare shi, zai kuwa yi aiki."
- Zabura 37:5
Dakatar.
Lura da jerin: **commit → trust → release** .

Tunani na Ibada

Yawancin biyayya tana game da zaɓi.
Rana ta 39 tana magana ne game da **sakin** .
Akwai lokacin da ƙoƙari ba ya ƙara zurfafa daidaito. Koƙari sosai ba ya haifar da zaman lafiya. Kara matsa lamba ba ya kawo haske. Biyayya ta kai ga balaga lokacin da ta koyi yadda ake **barin abin ya tafi** .
Saki ba barin komai ba ne.
Aminci ne ba tare da amfani ba.

Sau da yawa muna yin biyayya yayin da muke sarrafa sakamako a hankali—muna fatan rinjayar sakamako, jadawalin lokaci, ko amsoshi. Muna bin Allah, amma muna riƙe da iko ɗaya. Rana ta 39 tana gayyatarka ka lura da abin da har yanzu kake riƙewa.

Saki yana ɗaya daga cikin mafi wahalar hanyoyin biyayya domin yana cire mana hanyar kariya ta ƙarshe.

Yana nufin dogara ga Allah ba kawai da jagora ba, har ma da sakamako. Yana nufin mika wuya ga bukatar fahimtar yadda za a ba wa ko a gane biyayya. Yana nufin hutawa cikin aminci ko da ba a ga sakamako ba.

Saki ba yana nufin rashin son kai ba.

Yana nufin barin mallakar sakamako.

Wannan matsayi yana nuna zurfin balaga. Yana maimaita addu'ar Kristi da kansa: *"Ba nufina ba ne, amma naka ne za a yi."*

Biyayya ba ta kai ga tabbatawa ba, amma ta hanyar mika wuya.

Rana ta 39 ta yi tambaya mai laushi amma mai ratsa zuciya:

Za ka iya yin biyayya ba tare da buƙatar sanin abin da zai biyo baya ba?

Nan ne zaman lafiya ya fara daidaita—ba wai don an warware komai ba, amma saboda amincewa ta maye gurbin iko. Saki yana bawa Allah damar yin aiki ba tare da tsangwama ba. Yana samar da sarari ga alheri don motsawa cikin 'yanci.

Gwajin Zuciya

Zauna da waɗannan tambayoyin a hankali.

1. **Wane sakamako kake ƙoƙarin cimmawa har yanzu?**
2. **Ina kake jin damuwa game da abin da biyayya za ta iya jawowa ko kuma ta haifar?**
3. **Yaya zai kasance idan aka sanya wannan gaba ɗaya a hannun Allah?**

Aikin Yau (Sakin Da Aka Yi Da Niyya)

Aikin yau ana kiransa **mika wuya** .

Gano **takamaiman damuwa, sakamako, ko tambaya ta gaba** da kake ɗauke da ita.
Suna a gaban Allah.
Sai a yi addu'a:
"Ya Ubangiji, na bar maka wannan.
Na amince da kai da sakamakon."
Kada ka sake duba shi a yau.

Addu'a
Ya Uba,
Ka koya mini biyayya wadda ta san lokacin da zan saki. Ka 'yantar da ni daga sarrafa abin da ke naka. Ka taimake ni in dogara gare Ka fiye da fahimta,
fiye da lokaci, fiye da sakamako. Na sanya rayuwata, makomara, da tawa a hannunka da aminci. Amin.

Sanarwa
Yi wannan da babbar murya:
Ina sakin iko kuma ina dogara ga Allah gaba ɗaya.
Biyayya ba ta buƙatar mallakar sakamako. Allah mai aminci ne ga abin da na miƙa wuya. Ina tafiya cikin kwanciyar hankali, ba damuwa ba. Rayuwata tana hannun Allah.

Jajircewa ga Biyayya
A yau, na yi alƙawarin **yin 'yanci cikin biyayya** .
Ina sanya sakamako, lokaci, da sakamako cikin kulawar Allah.

Gabatarwar Rufewa
Gobe ba ƙarshe ba ne.
Aiki ne **kawai** .
Rana ta 40 ba za ta nemi ka yi wani abu ba.
Zai gayyace ka ka **rayu daga abin da aka halicce ka** .

RANA TA ARBA'IN

An Aika a Matsayin Wasiƙa Mai Rai

Lokacin da Tsarin Ya Zama Shaida

Littattafan Mahimmanci Masu Mahimmanci

- **2 Korintiyawa 3:2–3** — *Ku wasiƙa ce daga Almasihu… Ruhun Allah mai rai ne ya rubuta.*
- **Matta 5:16** - *Bari haskenku ya haskaka a gaban wasu...*
- **Yahaya 20:21** - *Kamar yadda Uba ya aiko ni, ni ma na aiko ku.*

Karatun Littafi Mai Tsarki (Karanta A Hankali)
"Ku kanku wasiƙarmu ce,
wadda aka rubuta a zukatanmu, kowa ya san ta kuma ya karanta ta."
- 2 Korintiyawa 3:2
Dakata. Lura cewa
ba a rufe wasikar ba .
Ana **karanta ta kowace rana** .

Tunani na Ibada
Wannan ba ƙarshen ba ne.
Wannan shine inda karatu ke zama rayuwa.
Tsawon kwana arba'in, ka bar gaskiya ta fuskanci, ta daidaita, ta gyara, ta kuma 'yantar da kai. Ka duba biyayya ba a matsayin aiki ba, amma a matsayin tsayin daka. Ka ga cewa bangaskiya tana girma ta hanyar kamewa, gafara, tawali'u, juriya, tausayi, da kuma mika wuya.
Yanzu tambaya mai natsuwa da Nassi ke yi ta zo ta ƙarshe:
Me za a karanta a rayuwarka a gaba?

Allah ba ya kammala aikinsa a cikinka ta hanyar rufe littafi. Yana kammala shi ta hanyar **mayar da kai cikin rayuwa ta yau da kullun - an canza** .

Ba a rubuta wasiƙa mai rai don yabo ba.

An rubuta ta ne don shaida.

Salon tattaunawarka.

Haƙurinka a lokacin da kake cikin matsin lamba. Kamewarka idan aka tsokane ka. Yafewarka idan aka zalunce ka.

Amincinka idan ba a gani.

Waɗannan su ne shafukan da duniya ke karantawa.

Ba a umarce ka ka yi cikakken bayani game da Almasihu ba.

An umarce ka ka **yi koyi da shi da aminci** .

Wannan ba ya buƙatar dandamali.

Yana buƙatar daidaitawa.

Ruhu yana rubutawa ta cikin rayuwa yana ba da gudummawa a tsawon lokaci. Ta hanyar daidaito fiye da ƙarfi. Ta hanyar biyayya fiye da magana. Ta hanyar ƙauna da ke kasancewa a tsaye lokacin da yanayi ke canzawa.

Rana ta 40 ba ta aiko ka da gaggawa ba.

Tana aika ka da **haske** .

Ba za ka zama sabon abu gobe ba.

Kana ci gaba da abin da ya riga ya fara.

Gwajin Zuciya na Karshe

Zauna da waɗannan tambayoyin a hankali.

1. **Me ya canza a cikin ku a cikin waɗannan kwanaki arba'in?**
2. **Ina kake jin Allah yana gayyatarka ka zauna da hankali?**
3. **Wane ɓangare na rayuwarka ta yau da kullun kake jin sabon abu mai mahimmanci yanzu?**

Aikin Yau (Rayuwa Mai Kyau)

Aikin yau tsari ne da **aka yi da gangan** .

Zaɓi madaidaicin yanayi ɗaya don ci gaba:

- kulawa

- takura
- haƙuri
- tawali'u
- aminci

Kada ka sanar da shi.
Kada ka auna shi.
Kawai ka rayu da shi.

Addu'ar Umarni
Uba,
Na gode maka da aikin da ka yi a cikina. Ina ba ka raina—ba a matsayin aiki ba, amma a matsayin shaida mai rai ga alherinka. Aika ni zuwa wurare na yau da kullun da aminci mai natsuwa. Bari rayuwata ta nuna Kristi a sarari, a ko da yaushe, kuma da gaskiya. Na karɓi saƙonka. Amin.

Sanarwa ta Karshe
Yi wannan da babbar murya:
Ni wasiƙa ce mai rai ta Almasihu.
Ruhun Allah yana rubutu ta wurin biyayyata. Ina rayuwa da haske, aminci, da tawali'u. Rayuwata tana shaida gaskiya. An aiko ni.

Alƙawari na Karshe
Ina sadaukar da kaina ga **rayuwata da aka ƙirƙira** .
Ba zan yi gaggawar wuce biyayya ba ko kuma in rage imani ga ra'ayoyi. Ina bayar da rayuwata a matsayin shaida mai sauƙin karantawa ta Almasihu.

Kalmar Rufewa
Ba ka kammala wani shiri ba.
Ka shiga wani yanayi.
Karanta a hankali.
Ka yi biyayya a hankali. Ka rayu a sarari.
Duniya tana karatu.
- Wasiku Masu Rai

KAMMALAWA

Idan Karatu Ya Kare, Rubutu Ya Ci Gaba

Ba a taɓa nufin a kammala wannan littafin a ma'anar da aka saba ba.
An yi nufin ya **gama wani abu a cikinka** — sannan ya fara wani abu ta hanyarka.
Ba wai kawai ka yi tafiya cikin kwanaki arba'in na tunani ba.
An gayyace ka cikin wani yanayi: hanyar ganin biyayya ba a matsayin wajibi ba, amma a matsayin daidaitawa; ba a matsayin aiki ba, amma a matsayin tsari; ba a matsayin bayani ba, amma a matsayin misali.
Daga rayuwar CS Lewis da shaidarsa, kun ga cewa imani kaɗai ba ya canza mutum. Fahimta ba ta haifar da biyayya ta atomatik ba. Ko da gaskiya ba ta maye gurbin mika wuya ba.
Sauyi yana faruwa ne lokacin da gaskiya ta motsa daga tunani zuwa ga nufin - kuma daga nufin zuwa rayuwa ta yau da kullun.
Wannan ita ce mu'ujizar tsari mai shiru.
Kun bi diddigin tafiya daga rashin son kai zuwa ga biyayya, daga sha'awa zuwa biyayya, daga kokawa ta ciki zuwa shaida ta waje. A kan hanya, kun ci karo da tambayoyi da ba za a iya amsa su da sauri ba, ayyukan da ke buƙatar kamewa, da lokutan da suka nemi ku amince da su ba tare da iko ba.
Wannan da gangan ne.
Domin Allah ba ya rubuta aikinsa mafi bayyananne ta hanyar sauri.
Yana rubutu ta hanyar aminci.
Wasiƙa mai rai ba a rubuta ta cikin ɗan lokaci ba. Ana rubuta ta da layi bayan layi—ta hanyar biyayya akai-akai, mika wuya cikin natsuwa, juriyar da ba a gani, da kuma ƙauna da ake yi a

wurare na yau da kullun. Ba waɗanda ke yaba mana ba ne suke karantawa, amma waɗanda ke zaune tare da mu.
Rayuwarka yanzu ita ce rubutu.
Ba cikakke ba.
Ba wanda aka gama ba. Amma gaskiya.
Ba a aiko ka a matsayin ƙwararre ba.
An aiko ka a matsayin shaida.
Ba a ba ka umarni ka bayyana komai ba.
An ba ka umarni ka **rayu a sarari** .
Ruhun Allah yana ci gaba da rubutawa—ba da tawada ba, ba da jayayya ba, ba da hayaniya ba—amma ta hanyar amsoshinku a ƙarƙashin matsin lamba, kamewarku lokacin da aka tsokane ku, gafararku lokacin da aka yi muku laifi, tawali'unku lokacin da ba a gani ba, da kuma amincinku lokacin da biyayya ta ji daɗewa.
Haka aka bayyana Almasihu.
Yayin da kake rufe wannan littafin, ka guji jarabar ci gaba da sauri. Kada ka nemi shiri na gaba, murya ta gaba, ko fahimta ta gaba don maye gurbin abin da ya fara. Bari abin da aka kafa ya yi tushe. Bari biyayya ta zama al'ada. Bari aminci ya zama abin mamaki da dorewa.
Karanta a hankali.
Ka yi biyayya a hankali. Ka rayu a sarari.
Duniya har yanzu tana karatu.
Kuma Marubucin yana nan yana rubutu.

KIRA ZUWA AIKI

Hadin gwiwa don Girbi

Yayin da kake rufe wannan littafin, muna gayyatarka ka ci gaba da tafiyar mataki daya gaba—ba kawai a rayuwarka ba, har ma da rayuwar rayuka marasa adadi a fadin al'ummai. Idan sakonnin da ke fitowa daga God's Eagle Ministries (GEM) sun karfafa, sun farka, ko kuma sun gyara zuciyarka, muna rokonka da ka yi la'akari da **yin tarayya da mu cikin addu'a domin amfanin girbi** . Duniya tana jin yunwar gaskiya, bege, da kuma muryar Ruhu Mai Tsarki mai laushi amma ba tare da kuskure ba, kuma tare za mu iya sanya wadannan sakonnin a inda ake bukatarsu sosai.
tashar ruhaniya ce da aka jefa cikin kasashe, kauyuka, birane, da wurare boyayye. Ta hanyar fim, bidiyo, rediyo, da hidimar dijital, GEM tana isa ga mutanen da ba za su taba shiga coci ba, amma wadanda zukatansu a bude suke don su hadu da Kristi mai rai.

Hadin gwiwar ku yana taimaka mana:

1. Shirya Fim da Bidiyo Masu Cike da Ruhi
Labarai da koyarwa da ke warkarwa, wahayi, da kuma bayyana kaunar Yesu ta hanyoyi bayyanannu, masu alaka, masu canza rayuwa.

2. Yada Bishara a Rediyo
Dauki Kalmar Allah zuwa gidajen yari, asibitoci, al'ummomin karkara, da wurare da ba a iya isa ga intanet ba—inda bege ba shi da yawa kuma gaskiya tana da daraja.

3. Faɗaɗa Yaƙin Neman Koyarwa da Almajiranci a Kafafen Sadarwa na Zamani
Ibada ta yau da kullum, addu'o'i, da koyarwa da ke ƙarfafa masu bi, suna maido da iyalai, da kuma samar wa almajirai kayan aiki a duk duniya.

Dalilin da Yasa Tallafinku Yake Da Muhimmanci

Kowace saƙo da aka fitar ta zama iri na haske.
Kowace koyarwa ta zama ruwan canji. Kowace aikin karimci ta zama wani ɓangare na girbin Allah na duniya.
Bayar da gudummawarku tana taimaka wa wannan hidima ta isa ga rayukan da ba za mu taɓa haɗuwa da su a duniya ba, amma tabbas za mu haɗu a har abada. Babu wani adadi mai ƙayyadadden adadi - bayar da shi ne kawai yayin da Ubangiji ke jagorantar ku. Kowace kyauta, babba ko ƙarama, tana taka rawa wajen ci gaban Mulkin.

Don Abokin Hulɗa ko Bayarwa:
PayPal:
https://www.paypal.com/ncp/payment/D6NEFW56KG8LU
Tithe.ly:
https://tithe.ly/give?c=308311

Flutterwave -
https://flutterwave.com/donate/bbkpkokehxlw

Duk Hanyoyin Ba da Gudummawa:
https://www.otakada.org/partnership-giving
Na gode da tsayawa tare da mu.
Na gode da shuka har zuwa girbi. Na gode da taimaka mana mu isar da saƙon Kristi ga al'ummai.

Ubangiji ya albarkace ku da yalwa, ya ƙara muku yalwa, ya kuma ninka kowace iri dà kuka shuka domin ɗaukakarsa. Cikin sunan Yesu mai girma, Amin.

-Ambassador Monday O. Ogbe , Zacharias Godseagle ; Ta'aziyya Ladi Wanda ya kafa Ogbe
, God's Eagle Ministries (GEM)
www.otakada.org

Yadda Ake Haihuwa Mako da Fara Sabuwar Rayuwa tare da Kristi

Wataƙila ka taɓa tafiya tare da Yesu a da, ko kuma wataƙila ka taɓa haɗuwa da Shi a cikin waɗannan kwanaki 40. Amma a yanzu, wani abu a cikinka yana motsawa.
Ka shirya fiye da addini.
Ka shirya don **dangantaka** .
Ka shirya ka ce, "Yesu, ina buƙatar ka."
Ga gaskiyar magana:
"Gama kowa ya yi zunubi; dukanmu mun kasa ga mizanin ɗaukakar Allah... duk da haka Allah, cikin alherinsa, ya sa mu zama daidai a gabansa."
- Romawa 3:23-24 (NLT)
Ba za ka iya samun ceto ba.
Ba za ka iya gyara kanka ba. Amma Yesu ya riga ya biya cikakken kuɗin — kuma yana jiran ya yi maka maraba da gida.
Yadda Ake Haihuwa Sake
Mayar da haihuwa yana nufin miƙa rayuwarka ga Yesu — karɓar gafararsa, gaskatawa cewa ya mutu kuma ya tashi, da kuma karɓarsa a matsayin Ubangijinka da Mai Cetonka.
Yana da sauƙi. Yana da ƙarfi. Yana canza komai.
Yi Addu'a da Babban Iko:
"Ya Ubangiji Yesu, na yi imani kai Ɗan Allah ne. Na yi imani ka mutu saboda zunubaina kuma ka tashi kuma. Na furta cewa na yi zunubi kuma ina buƙatar gafararka. A yau, na tuba kuma na juya daga tsoffin hanyoyina. Ina gayyatarka cikin rayuwata ka zama Ubangijina da Mai Cetona. Ka wanke ni da tsabta. Ka cika ni da Ruhunka. Ina shelar cewa an sake haihuwata, an gafarta mini, kuma an 'yanta ni. Daga yau zuwa

gaba, zan bi ka - kuma zan rayu cikin sawunka. Na gode maka da ka cece ni. Cikin sunan Yesu, amin."

Matakai na Gaba Bayan Ceto

1. **Faɗa wa Wani** – Raba shawararka ga wani mai imani da ka amince da shi.
2. **Nemo Cocin da ke da Littafi Mai Tsarki** - Shiga cikin al'umma da ke koyar da Kalmar Allah kuma tana rayuwa da ita. Ziyarci hidimar Allah ta Eagle ta yanar gizo ta https://www.otakada.org ko https://chat.whatsapp.com/H67spSun32DDTma8TLh0ov
3. **Yi Baftisma** - Ɗauki mataki na gaba a bainar jama'a don bayyana imaninka.
4. **Karanta Littafi Mai Tsarki Kullum** - Fara da Linjilar Yohanna.
5. **Addu'a Kowace Rana** - Yi Magana da Allah a matsayin aboki kuma Uba.
6. **Ku Kasance Masu Hadi** - Ku kewaye kanku da mutanen da ke ƙarfafa muku sabon tafiya.
7. **Fara Tsarin almajiranci a cikin al'umma** - Kirƙiri dangantaka ɗaya bayan ɗaya da Yesu Kiristi ta waɗannan hanyoyin hadin yanar gizo

Ɗaliban kwana 40 1 - https://www.otakada.org/get-free-40-days-online-discipleship-course-in-a-journey-with-jesus/
Almajirai 40 2 - https://www.otakada.org/get-free-40-days-dna-of-discipleship-journey-with-jesus-series-2/

Lokacin Cetona
Kwanan wata : ______________________

Sa hannu : ______________________
"Idan kowa yana cikin Almasihu, sabuwar halitta ce; tsohuwar ta shuɗe, sabuwar ta zo!"
- 2 Korintiyawa 5:17

Takardar Shaidar Sabuwar Rai Cikin Almasihu

Sanarwa ta Ceto - Haihuwa ta Mako ta Alheri
Wannan yana tabbatar da cewa

____

_

(Cikakken suna)
ya bayyana a fili **bangaskiya ga Yesu Kiristi**
a matsayin Ubangiji da Mai Ceto kuma ya karɓi kyautar ceto kyauta ta wurin mutuwarsa da tashinsa daga matattu.
"Idan ka furta a fili cewa Yesu Ubangiji ne, ka kuma gaskata a zuciyarka cewa Allah ya tashe shi daga matattu, za ka sami ceto."
- Romawa 10:9 (NLT)
A wannan rana, aljanna tana farin ciki kuma sabuwar tafiya ta fara.

Ranar Hukuncin : ______________________________

Sa hannu : ______________________________________

Sanarwa ta Ceto
"A yau, na mika rayuwata ga Yesu Kiristi.
Na yi imani Ya mutu saboda zunubana kuma Ya tashi. Na karɓe Shi a matsayin Ubangijina da Mai Cetona. An gafarta mini, an sake haife ni, kuma an sake yin sabo. Daga wannan lokacin zuwa gaba, zan yi tafiya a cikin sawunsa."
Barka da zuwa ga Iyalan Allah!
An rubuta sunanka a cikin Littafin Rai na Ɗan Rago.
Labarinka ya fara ne kawai — kuma har abada ne.

HADAWA DA HIDIMAR ALLAH TA EGLE

- Yanar Gizo: www.otakada.org
- Jerin Arziki Bayan Damuwa: www.wealthbeyondworryseries.com
- Imel: ambassador@otakada.org

- **Taimaka wa wannan aikin:**

Tallafawa ayyukan masarauta, ayyukan mishan, da albarkatun duniya kyauta ta hanyar bayar da gudummawa bisa ga alkawurra.

Duba lambar QR don bayarwa

https://tithe.ly/give?c=308311

Karimcinku yana taimaka mana mu isa ga ƙarin rayuka, fassara albarkatu, tallafa wa masu wa'azi, da kuma gina tsarin almajiranci a duk duniya. Na gode!

Tarihin Marubuci

Zakariya Godseagle

Marubuci • Malami • Shugaban Masu Hankali
Zakariya Godseagle malami ne mai himma na Kalmar kuma murya mai fahimta ga Jikin Kristi. Da yake ɗauke da alheri na musamman don fahimtar ruhaniya, Zakariya yana hidima da haske, zurfin annabci, da kuma sha'awar da ke ƙona zuciya don ganin masu bi suna tafiya cikin tsarki, ibada, da kuma mika wuya ga Kristi na gaske.
A matsayinsa na abokin aiki a cikin aikin God's Eagle Ministries (GEM), yana taka muhimmiyar rawa wajen tsara abubuwan da suka shafi almajiranci, hasken littafi mai tsarki, da kuma isar da saƙo ta hanyar kafofin watsa labarai waɗanda suka shafi rayuwa a faɗin iyakokin dijital da na zahiri. Rubuce-rubucensa sun mayar da hankali kan sauye-sauye na ciki, biyayya, da kuma dawo da Kristi kan karagar zuciyar mai bi.
Zakhariya yana da ƙarfin gwiwa ta hanyar imani mai sauƙi:
idan zuciya ta daidaita, ƙaddara za ta daidaita.
Yana ci gaba da isa ga masu sauraro a duk duniya ta hanyar koyarwa, jagoranci, da ayyukan kirkire-kirkire masu cike da Ruhu.

Ambasada Monday O. Ogbe

Mawallafi • Mai Sadarwa na Mishan • Wanda ya kafa, God's Eagle Ministries (GEM)
Ambasada Monday Oreojo Ogwuojo Ogbe shine wanda ya kafa **God's Eagle Ministries (GEM)** — wani aiki na duniya wanda ke da umarni na "haɗa mutane da Allah ta hanyar Kalmarsa." An san shi da tsananin sha'awarsa ga gaskiya, bayar da labarai masu motsin rai, da koyarwar annabci, yana hidima a faɗin ƙasashe ta hanyar rubutu, watsa shirye-shirye, yin fina-finai, wa'azin dijital, da kuma almajirantarwa.

Da yake da gogewa a fannin shugabanci, kafofin watsa labarai, da kuma ayyuka, Ambasada Monday yana ɗauke da wani tsari na musamman na al'adu daban-daban wanda ke tasiri daga Afirka zuwa Asiya, Amurka, Turai, da Gabas ta Tsakiya. Koyarwarsa tana fuskantar yaƙe-yaƙe na ɓoye na zuciyar mai bi—kwadayi, gwagwarmayar asali, gamsuwa ta ruhaniya, da kuma raguwar kusanci da Allah.
Shi ne marubucin addu'o'i da yawa, jerin littattafai, da koyarwar multimedia waɗanda suka isa ga miliyoyin mutane ta hanyar otakada.org da dandamalin dijital na GEM.
Saƙon rayuwarsa mai sauƙi ne amma mai zurfi:
"Lokacin da Kristi ya zauna a tsakiya, komai yana ɗaukar matsayinsa na gaskiya."

Comfort Ladi Ogbe

Marubuci • Mai Ceto • Abokin Aiki a Ma'aikatar
Comfort Ladi Ogbe marubuciya ce, mai roƙo, kuma mai aiki tare a cikin aikin Mulkin Allah na Ayyukan God's Eagle. Tana da baiwar tausayi, fahimta, da kuma ruhin kulawa, tana kawo zurfin motsin rai da tushe na ruhaniya ga kowane aiki da ta taɓa.
Gudummawarta—sau da yawa a bayan fage—suna ɗauke da ƙamshin tawali'u, hikima, da warkarwa. Masu hidima masu ta'aziyya ta hanyar ba da shawara, addu'a, almajiranci, da haɗin gwiwa na ƙirƙira, musamman a cikin ayyukan da ke jaddada dawo da iyali, balaga ta ruhaniya, da kuma canza zuciya.
A matsayinta na marubuciya, tana rubutu daga wani wuri na rayuwa mai cike da gogewa da kuma imani na ruhaniya, tana ba wa masu karatu haske, ta'aziyya, da ƙarfafa gwiwa don su bi cikakken tsari cikin Almasihu.
Jin daɗi yana da niyyar taimaka wa masu bi su fuskanci Allah ba kawai a cikin ilimi ba, har ma a cikin rayuwar yau da kullun—inda zuciya ke koyon amincewa, mika wuya, da kuma bunƙasa.

Shafin Marubuci:
https://www.amazon.com/stores/Zacharias-Godseagle/author/B0FCZ89D4K

LITTAFAI DA ALBARKAR DA AKA SHAWARA

ST. AUGUSTINE NA HIPPO (354–430 AD)
Daga Zuciya Mai Natsuwa zuwa Rayuwa Mai Rubutu - Wasiku Masu Rai - Jerin Ibada na Kwanaki 40 - 1

Haɗin Amazon Ebook - https://www.amazon.com/ST-AUGUSTINE-HIPPO-354-430-Devotional-ebook/dp/B0GJN8N9XS

Hanyar yin oda ta Amazon Paperback -
https://www.amazon.com/St-Augustine-Hippo-354-430-Devotional/dp/B0GJWTVLR6

Ingramspark Paperback -
https://shop.ingramspark.com/b/084?params=BZOOW3dj93aGEtBL2Fv1VY8wV1OQvA10dtZRDgk7Z9Z

YI DUBAN NI

SABUNTARWA 7
Warkar da Zuciyar Gidanku Cikin Kwanaki 7
Jerin Sabuntawa - Buga Hadin Kan Iyali

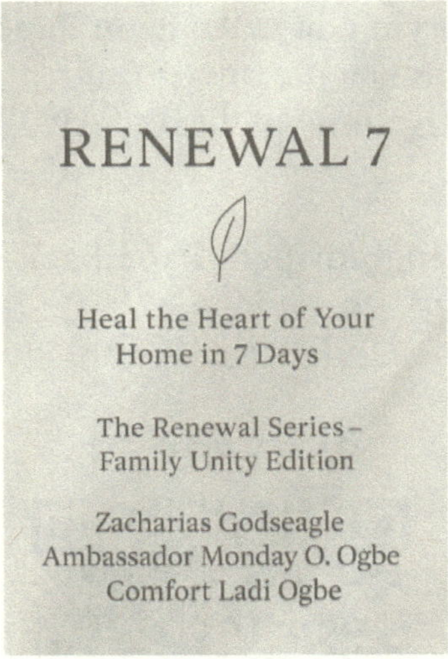

Hadi zuwa Takardar Bayani ta Littafin -
https://shop.ingramspark.com/b/084?params=htyfL002e1JzyEpZWkKtaXWF5FJ1jZFOjgiQKEfcbnw

Hadi zuwa Shafin Amazon Paperback -
https://www.amazon.com/RENEWAL-Heal-Heart-Your-Renewal/dp/B0GD92153W

Hadi zuwa Amazon Ebook -

https://www.amazon.com/RENEWAL-Heal-Heart-Your-Renewal-ebook/dp/B0G91BMFND

YI DUBAN NI –

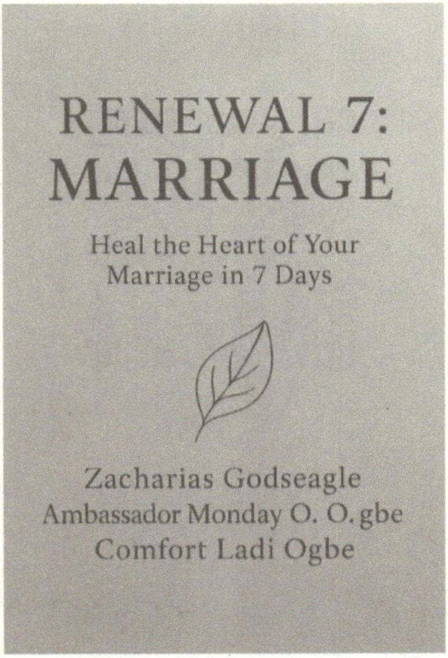

Hanya zuwa Paperback -
https://shop.ingramspark.com/b/084?params=nSEELv9oUsItOu5akVZlg4ycGbbmvlBOtSiqeOZr5yQ

Hadi zuwa ga takarda ta Amazon -
https://www.amazon.com/RENEWAL-MARRIAGE-Heart-Marriage-Renewal/dp/B0GDC1YZJ7

Hadi zuwa Amazon Ebook -
https://www.amazon.com/RENEWAL-MARRIAGE-Heart-Marriage-Renewal-ebook/dp/B0G6JXJWJL

Al'arshin zuciya – Yaƙe-yaƙe 12 da dole ne mu ci

Amazon ebook -
https://www.amazon.com/THRONE-HEART-COVETOUSNESS-Counterfeit-CONTENTMENT-ebook/dp/B0G4SPFRY7

Takardar takarda ta Amazon -
https://www.amazon.com/THRONE-HEART-COVETOUSNESS-Counterfeit-CONTENTMENT/dp/B0G4TKW1ND

Takarda daga Ingramspark -
https://shop.ingramspark.com/b/084?params=a75LJXtvvI63VnzeQPleQTkAJWfu8CPQV615Oe31D80

Wa'azi 4 cikin 1 daga Zacharias Godseagle tare da hanyar hadin sauti -

Amazon Ebook - https://www.amazon.com/Sermons-Zacharias-Godseagle-Audio-links-ebook/dp/B0G4XCH4TW

Takardar takarda ta Amazon -
https://www.amazon.com/Sermons-Zacharias-Godseagle-Audio-links/dp/B0G4TK4XGT

Takardar hadin Ingram mai ɗauke da takardu -
https://shop.ingramspark.com/b/084?params=nK2JERskkbhdAOSNseTUNRhaCFqUPZuhB4uYfqrXvGb

LAMBAR ALHAJI: Farkawa ta AI

Littafin e-littafi - https://www.amazon.com/Logos-Protocol-Awakening-artificial-intelligence-ebook/dp/B0FXNQFSWZ

Takarda - https://www.amazon.com/Logos-Protocol-Awakening-artificial-intelligence/dp/B0FXNGR66D

Hardback - https://www.amazon.com/Logos-Protocol-Awakening-artificial-intelligence/dp/B0FZNTQR6Y

Takardar Bayani ta Ingramspark - https://shop.ingramspark.com/b/084?params=QkK4aNYTYO9U5z9uOkdHgc7Ue1eGDLqbb1tz9WRPaSk

Dalilin da Yasa Ceto Ya Kasa - da kuma Yadda Wutar Allah Ke Mayar da Rai: Sanarwa 40 na Kullum Don Ceto Gabaɗaya

Littafin E-littafi - https://www.amazon.com/Why-Deliverance-Fails-Declarations-All-Round-ebook/dp/B0FW74L4G4

Takarda - https://www.amazon.com/Why-Deliverance-Fails-Declarations-All-Round/dp/B0FWB3LXRM

An Cece Amma An Rasa - Mai Koyarwa Mara Almajiri - an fassara shi zuwa harsuna 25

Takarda Mai Kyau
https://shop.ingramspark.com/b/084?params=iYNB6S3PLMfREpm0jMM15bMe3BvWlkjcYyLYnHVGAds
Littafin E-littafi - https://www.amazon.com/SAVED-BUT-LOST-UNDISCIPLED-heartbreak-ebook/dp/B0FVJ29DF7

KWANA 7 NA YAKIN RUHUNCI DA MUTUWARSA - wannan Kashi na 1 ne

Daure Maƙiyi, Mayar da Kibiyoyi Sau Bakwai, da Maido da Makomarku

https://shop.ingramspark.com/b/084?params=8mPzqUl73Ex7uPyeO7ydyt8EGkkB6u2gX1jZvWU8j1C

Haɗin littafin e-littafi -
https://www.amazon.com/DAYS-SPRITUAL-WARFARE-RECOVERY-Returning-ebook/dp/B0FMPJM5KZ

KWANA 7 NA YAKIN RUHUNCI DA MAFARKI - Kashi na 2 - Rufe Nasarar, Karya Muguntar Gida, da kuma Kiyaye Makomarku Maidowa

Takarda -
https://shop.ingramspark.com/b/084?params=LkpNmGSsApHhWhiSO7bW3wFmcXQKIO4ZEBeSbP5rL1S

Littafin E-littafi - https://www.amazon.com/DAYS-SPIRITUAL-WARFARE-RECOVERY-Wickedness-ebook/dp/B0FR9YCMY8

DAGA DUHU ZUWA MULKI: Kwanaki 40 Don 'Yantar Da Kai Daga Rufewar Duhu

–

Ibada ta Duniya ta Wayar da Kan Jama'a, Ceto da Iko - Ga Mutane, Iyalai, da Kasashe Masu Shirye Su Zama 'Yanci

Takarda Mai Kyau
https://shop.ingramspark.com/b/084?params=aVgp21QfwJxNANkfMxIQ0yejuFCVY12KFr978SRkZUD
Amazon - https://www.amazon.com/DARKNESS-DOMINION-Devotional-Awareness-Deliverance-ebook/dp/B0FLDH2Y67

- *An Ceto Daga Ikon Duhu* (Takarda) — Saya Nan | Littafin E-littafi akan Amazon

  - **Manyan Sharhi daga Amurka:**
    - **Abokin Ciniki na Kindle** : "Mafi kyawun karatun Kirista!" (Taurari 5)

Yabo ga Yesu saboda wannan shaidar. Na sami albarka sosai kuma zan ba da shawarar kowa ya karanta wannan littafin... Gama sakamakon zunubi mutuwa ne amma baiwar Allah ita ce rai madawwami. Shalom! Shalom!

    - **Da Gster** : "Wannan littafi ne mai ban sha'awa kuma mai ban mamaki." (Taurari 5)

Idan abin da aka faɗa a cikin littafin gaskiya ne to lallai mun yi baya sosai kan abin da maƙiyi zai iya yi! ... Dole ne ga duk wanda ke son koyo game da yaƙin ruhaniya.

    - **Visa** : "Ina son wannan littafin" (Taurari 5)

Wannan abin buɗe ido ne... ikirari na gaskiya... Kwanan nan ina neman sa a ko'ina don in saya. Ina matukar farin cikin samun sa daga Amazon.

    - **FrankJM** : "Ya bambanta sosai" (taurari 4)

Wannan littafin yana tunatar da ni yadda yaƙin ruhaniya yake da gaske. Hakanan yana tunatar da ni dalilin sanya "Cikakken Sulke na Allah."

- **JenJen** : "Duk wanda ke son zuwa Aljanna - karanta wannan!" (Taurari 5)

Wannan littafin ya canza rayuwata sosai. Tare da shaidar John Ramirez, zai sa ka kalli imaninka daban. Na karanta shi sau 6!

- *Tsohon Mai Son Shaidan: The James Exchange* (Paperback) — Saya Nan | Littafin eBook akan Amazon

- ***SHAIDAR WANI TSOHUWAR SHAIDAN TA AFRIKA*** - *Fasto JONAS LUKUNTU MPALA* (Takarda) — Saya Nan | Littafin eBook akan Amazon

- *Babban Exploits 14* (Takarda) — Saya Nan | Littafin e-littafi akan Amazon

- *Kaushin Shaidan* na John Ramirez — Ana samunsa a Amazon
- *Ya Zo Ya 'Yantar da Kamammunan* ta Rebecca Brown — Nemo a Amazon

Sauran littattafan da marubuci ya wallafa - Sama da taken 1000

An ƙaunace mu, an zaɓe mu kuma an yi mana cikakken bayani : Tafiya ta Kwanaki 30 daga ƙin yarda zuwa **Maidowa wadda** aka fassara zuwa harsuna 40 na duniya https://www.amazon.com/Loved-Chosen-Whole-Rejection-Restoration-ebook/dp/B0F9VSD8WL

https://shop.ingramspark.com/b/084?params=xga0WR16muFUwCoeMUBHQ6HwYjddLGpugQHb3DVa5hE

A Matsayinsa — Kalubalen Yakin Duniya na Kwanaki 40:
Rayuwa Kamar Yesu a Labarun Rayuwa na Gaske a Duniya

https://www.amazon.com/His-Steps-Challenge-Real-Life-Stories-ebook/dp/B0FCYTL5MG

https://shop.ingramspark.com/b/084?params=DuNTWS59IbkvSKtGFbCbEFdv3Zg0FaITUEvlK49yLzB

YESU A KOFAR:
Labarai 40 Masu Raɗawa da Gargaɗin Karshe na Sama ga Cocin Yau

https://www.amazon.com/dp/B0FDX31L9F

https://shop.ingramspark.com/b/084?params=TpdA5j8WP
vw83glJ12N1B3nf8LQte2a1lIEy32bHcGg

RAYUWAR ALKAWARI: Kwanaki 40 na Tafiya Cikin Albarkar Kubawar Shari'a 28

- https://www.amazon.com/dp/B0FFJCLDB5

Labarai daga Mutane na Gaske, Biyayya ta Gaske, da kuma na Gaske

https://shop.ingramspark.com/b/084?params=bH3pzfz1zdCOLpbs7tZYJNYgGcYfU32VMz3J3a4e2Qt

Canji a cikin harsuna sama da 20

SAN ITA DA SAN SHI:
Kwanaki 40 zuwa Waraka, Fahimta, da Kauna Mai Dorewa

https://www.amazon.com/KNOWING-HER-HIM-Healing-Understanding-ebook/dp/B0FGC4V3D9

https://shop.ingramspark.com/b/084?params=vC6KCLoI7Nnum24BVmBtSme9i6k59p3oynaZOY4B9Rd

CIKAKKEN, BA A GASA BA:
Tafiya ta Kwanaki 40 zuwa ga manufa, haɗin kai, da haɗin gwiwa

https://shop.ingramspark.com/b/084?params=5E4v1tHgeTqOOuEtfTYUzZDzLyXLee30cqYo0Ov9941

https://www.amazon.com/COMPLETE-NOT-COMPETE-Journey-Collaboration-ebook/dp/B0FGGL1XSQ/

LAMBAR LAFIYA TA ALLAH - Maɓallai 40 na Kullum Don Inganta Waraka Ta Hanyar Kalmar Allah da Halitta Buɗe Ikon Warkarwa na Shuke-shuke, Addu'a, da Ayyukan Annabci

https://shop.ingramspark.com/b/084?params=xkZMrYcEHnrJDhe1wuHHYixZDViiArCeJ6PbNMTbTux

https://www.amazon.com/dp/B0FHJT42TK

Ana iya samun wasu littattafai a shafin marubucin
https://www.amazon.com/stores/Ambassador-Monday-O.-Ogbe/author/B07MSBPFNX

www.ingramcontent.com/pod-product-compliance
Lightning Source LLC
LaVergne TN
LVHW040418051026
849517LV00002B/366

* 9 7 9 8 2 9 5 6 6 9 0 1 9 *